కథా సంక్రాంతి

సంపాదకత్వం

కేశవ మళగి

D9900569

VEERALOKA

VEERALOKA BOOKS PVT. LTD.
207, 2nd Floor, 3rd Main, Chamarajpet
Bengaluru-560018. Mobile: 7022122121
E-mail: veeralokabooks@gmail.com
Website: www.veeralokabooks.com

KATHA SANKRANTI
An Anthology of Award Winning Kannda Stories
Edited by **Keshava Malagi**

Published by:
VEERALOKA BOOKS PVT. LTD.
207, 2nd Floor, 3rd Main
Chamarajpet, Bengaluru-560018

Mobile:	+91 7022122121
E-mail:	veeralokabooks@gmail.com
Website:	www.veeralokabooks.com

© **Publisher**

Price:	Rs. 220/-
Pages:	144
First Impression:	March 2024

Paper used:	70 GSM NS Maplitho
Book size:	1/8th Demy

ISBN:	978-93-94942-63-9

Cover page illustration by:
Kiran Madalu

Inner pages design by:
Guruprasad

Anand Rach
Anantha Kunigal
RajVishnu
Govind Vishnu
Vishwajith
Mamatha
Parvathi
Punith

వినూత్నమైన కథల పోటీలు;
సమృద్ధమైన కథల విందు

కథా సంక్రాంతి 2024 చాలా ప్రత్యేకమైన, విభిన్నమైన కన్నడ కథల పోటీ. పోటీని ప్రకటించిన రోజు నుంచే ఇది విశిష్ఠమైనదని పోటీలో పాల్గొన్న రచయితలు, కథా ప్రేమికులు గుర్తించారు. కన్నడ కథలకు దశాబ్దాలుగా గొప్ప వారసత్వం ఉందని మనందరికీ తెలుసు. ఈ తరహా కథల పోటీలతో మట్టిలో మాణిక్యాలుగా ఉన్న కన్నడ రచయితలు, తమకు అందిన అవకాశాన్ని వినియోగించుకుని, ఎప్పటికప్పుడు కొత్త కథా సంప్రదాయాలకు పెద్దపీట వేస్తూ, కన్నడ కథను మరింత సంపదర్భరితంగా తీర్చిదిద్దిన సంగతి తెలిసిందే. మారుతున్న కాలంలో రచయితల సంఖ్య పెరగడంతో కన్నడ కథలు కూడా విస్తరించాయి.

అయితే, కొన్నిసార్లు ఈ రకమైన పోటీలపై అసంతృప్తి, విమర్శలు అలాగే, విమర్శలతో కూడిన అభిప్రాయాలు వ్యక్తమవుతూనే ఉంటాయి. బహిరంగంగా జరిగే ఏ పనికైనా అభిప్రాయాలు రావడం సహజం. ఇది ప్రజాస్వామ్య లక్షణం. సహేతుకమైన అభిప్రాయాలను అంగీకరించడం, స్వీకరించడంతో పాటు వాటిని ప్రోత్సహించడం ద్వారా ఆయా రంగాలలో నాణ్యతను, సామర్థ్యాన్ని పెంచవచ్చు. కథలు పోటీలు ఇందుకు మినహాయింపు కాదు.

వీరలోక ఫౌండేషన్కి చెందిన శ్రీనివాస్ తన సంస్థ కోసం అర్థవంతమైన 'సాహిత్య కార్యక్రమం' నిర్వహించాలని కోరినప్పుడు నా స్పందన అంతంత మాత్రంగానే ఉంది. దినపత్రికలు, పుస్తక ప్రచురణ, ప్రత్యేక సంచికలను సిద్ధం చేసేందుకు సమయం తీసుకుంటాయి. కొన్ని కథల పోటీలకు న్యాయనిర్ణేత పాత్ర పోషిస్తున్నప్పుడు, ఆ పనిలో ఉన్న శ్రమ, బాధ్యత గుర్తుకువచ్చి స్పందించకుండా

మౌనంగా ఉండిపోయాను. అయితే శ్రీనివాస్ మరో రెండు సార్లు సంప్రదించడంతో మౌనంగా ఉండలేకపోయాను. ఒకటిరెండు విషయాలను దృష్టిలో ఉంచుకుని వారిని కలిశాను.

కథల పోటీ నిర్వహించాలనేది మాకు ఉన్న రెండు ఆలోచనలలో ఒకటి. అయితే, ఇప్పటికే ఉన్న పోటీలకు భిన్నంగా, విశిష్టత, ప్రయోగాత్మకత, వాస్తవికత, భాషా విశిష్టత, స్థానికత–ప్రాంతీయత అన్నింటితో పాటు, కథల పోటీల్లో ఇప్పటి వరకు సృజించని కొత్త విభాగాన్ని చేర్చాలని కోరుకున్నాము. అప్పుడే కథల అనువాదానికి ఉన్న అవకాశం గురించి ఆలోచించాను. బహుమతి–ప్రశంసలు అందుకున్న పది కథలను తెలుగు, మలయాళం, ఇంగ్లీషు భాషల్లో ఏకకాలంలో ప్రచురించడం అసాధ్యమైన కల. ఆ కలకి కొనసాగింపుగా గత ఆరు నెలలుగా ఎంపిక చేసిన కథల పంట కొత్త అనుభూతిని, ఆలోచనలను అందించింది. కష్టాలను సమదృష్టితో ఎలా ఎదుర్కోవాలో నేర్చుకునేందుకు అవకాశం కలిగింది.

పోటీకి పరిగణించవలసిన రెండు వందల యాభై కథలను రెండు–మూడు సార్లు చదివి యాభైకి కుదించడం ప్రక్రియలో మొదటి దశ. యాభై కథలు రెండు సార్లు చదివిన తర్వాత, వాటి సంఖ్య పాతికకు చేర్చడం రెండవ దశ. మూడవ దశలో పది కథలు ఎంపిక చేయగా, వాటిలో మూడు కథలకు బహుమతులు ప్రకటించాము. వాటితో పాటు ప్రశంసలు పొందిన ఏడు కథలు **కథా సంక్రాంతి 2024** సంకలనం కోసం ఎంపిక చేశాము. ఎడిటర్ దేవ్ పత్తార, కథారచయిత మంజునాథ్ లతా, మంజునాయక చెళ్లూర ఈ ప్రక్రియకు సహకరించారు.

సంకలనానికి ఎంపికైన పది కథలు నాణ్యత, హుందాతనం, సహజ సౌందర్యంతో కథల పోటీ అంచనాలను అందుకోవడం చాలా సంతోషకరం. పాఠకులు కథలను అర్థం చేసుకుని, చదివినప్పుడు అదే అనుభూతికి లోనవుతారు. ఆ రకంగా చూస్తే పోటీలో విజయం సాధించడం గర్వించదగ్గ విషయమే. ఇక్కడ ఉన్న పది కథలకు ఒక్కో దానికి సంబంధించి మూడు–నాలుగు వాక్యాలలో ప్రత్యేక వివరాలు ఇచ్చాము.

ఎంపిక చేసిన పది కథలను తెలుగు, మలయాళం, ఆంగ్ల భాషల్లోకి అనువదించడం పెను సవాలుగా నిలిచింది. అందుకు అనువాద రంగంలో నైపుణ్యం సంపాదించిన సీనియర్లు, జూనియర్లు సహకరించారు. సుధాకర్

రామంతళి, ప్రభాకర్ వంటి పెద్దలు, సునీత కుశాలనగర, మేరీ జోసెఫ్, మను దేవదేవన్ వంటి ఔత్సాహికులు కన్నడ కథలను మలయాళంలోకి అనువదించే బాధ్యతను తీసుకున్నారు. ప్రముఖ అనువాదకులు రంగనాథ రామచంద్ర, బదరి నారాయణ రూపనగుడి, అశోక్ పిన్నమనేని, యువ అనువాదకుడు సృజన్ తెలుగు అనువాదానికి సహకరించారు. జయశ్రీనివాసరావు, హృషికేష్ బహదూర్ దేశాయ్, ఆకర్ష కమల రమేష్, రవికుమార్ కుంబార్, ఫక్కీరేశ్ హల్లళ్లి, మను దేవదేవన్, నవీన్ హళెమనె, శశికుమార్ సహకారంతో ఆంగ్ల అనువాదం సాధ్యమైంది.

వీరందరికీ **వీరలోక ఫౌండేషన్** మరియు **ఎడిటోరియల్ టీమ్** హృదయపూర్వక ధన్యవాదాలను, కృతజ్ఞతలను తెలియజేస్తోంది. మూలకథల సొగసుకు భంగం కలగకుండా అతి తక్కువ వ్యవధిలో వాటిని అనువదించడం అంత తేలికైన పని కాదు. ఈ శ్రమతో కూడిన బృహత్తరమైన పనిని, భారం అనుకోకుండా సొగసుగా పూర్తి చేసిన వారందరికీ కృతజ్ఞతలు తెలియజేయడం లాంఛనమే. ఈ విషయాన్ని మాటల్లో చెప్పలేము.

ఇదంతా కథా సంక్రాంతి 2024 సంకలనానికి సంబంధించిన కబుర్లు.

★

పోటీలో పాతికమంది ఫైనలిస్టులతో పాటు, ప్రచురణకు అర్హమైన పలు కథలు ఉన్నాయి. ఆ కథలతో 'కుసురెళ్లు' అనే మరో సంకలనాన్ని ఎందుకు ప్రచురించకూడదనే ఆలోచనకు వీరకపుత్ర శ్రీనివాస తక్షణమే ఆమోదం పలికారు. అలా కథాసంక్రాతి సంకలనంతో పాటు పాతిక కథల సంపుటి "కుసురెళ్లు" ప్రచురణ సాధ్యమైంది. ఈ పోటీతో కన్నడ కథాలోకానికి కలిగే ప్రయోజనాల్లో ఇదీ ఒకటి.

ఇటువంటి ప్రక్రియలను పూర్తి చేయడం సమిష్టి కృషి. ఈ ప్రక్రియలో పాల్గొన్న రచయితలు, రచయిత్రులు పోటీకి సంబంధించిన ప్రతి వాస్తవాన్ని ఎప్పటికప్పుడు పాఠకులకు అందించడంలో వార్తాపత్రికలకు; పుస్తకాల రూపకల్పన, ప్రచురణలో తెరవెనుక కృషి చేసిన మహానుభావులు, వీరలోకకు చెందిన అనేక శ్రమజీవులకు అనంతానంత ధన్యవాదాలు.

ఈ విశిష్ట పరికల్పనకు సంపాదకులుగా **వీరలోక ఫౌండేషన్**కు చెందిన **వీరకపుత్ర శ్రీనివాస్**గారికి అధికారిక ధన్యవాదాలు. మొదటి నుంచి చివరి వరకు పూర్తి సంపాదకీయ స్వేచ్ఛ ఇస్తూ, ఏ విషయంలోనూ జోక్యం చేసుకోకుండా, ప్రతి దశలో అన్ని విధాల సహకారం అందిస్తూ ఏకగ్రీవ ఆమోదాన్ని అందించారు. వారి ఆసక్తితోనే కన్నడ కథలను తెలుగు, మలయాళం, ఇంగ్లీషు పాఠకులు ఏకకాలంలో అందుకునేందుకు అవకాశం కలిగింది. అందుకు శ్రీనివాస్‌గారిని కృతజ్ఞతలు.

ఓ కన్నడ కవి మాటలు కొంచెం మార్చి చెప్పాలంటే,

కథా సంక్రాంతి 2024:

'అర్థం ఉంది
స్వార్థం లేదు
కేవలం
కథాభావం.'

● **కేశవ మళగి**
సృజన – సంపాదకత్వం

ప్రచురణకర్త మాట

ఈ కథల ప్రత్యేకతను, న్యాయనిర్ణేతల అభిప్రాయాలను సంపాదకుడు కేశవ మళగి ఇప్పటికే వివరించారు. వాటినే మరోసారి సుదీర్ఘంగా వివరించే బదులు, కథా సంక్రాంతి ఉద్దేశ్యాన్ని క్లుప్తంగా చెప్పేందుకు అనుమతించండి. పాఠకుల సంఖ్య తక్కువగా ఉందని కన్నడ సాహిత్య లోకం ఒక భ్రమలో ఉంది! ఇది ఇతర ప్రాంతీయ భాషలకూ వర్తిస్తుంది. కోలారు, బళ్లారి, బీదర్ తదితర ప్రాంతాలలో పాఠకుల ప్రాధాన్యతలను అంచనా వేయడంలో కన్నడ చిత్ర పరిశ్రమలో చేసిన పొరపాటునే సాహిత్య రంగం కూడా చేసిందని నా అభిప్రాయం.

పొరుగు రాష్ట్రాలతో సరిహద్దులు పంచుకున్న కోలారు, బళ్లారి, బీదర్‌లలో కన్నడ సినిమాలు ఆడవు అనే సొంత నిర్ణయాలతో తమ మార్కెట్‌ను తామే తగ్గించుకున్నారు. సాహిత్య లోకంలోనూ అదే జరుగుతోంది; తక్కువ మంది పాఠకులు ఉన్నారని పదే పదే చెప్పుకుంటూ, కేవలం గ్రంథాలయాల కోసమే పుస్తకాలను ముద్రించే సంస్కృతిని కన్నడ సాహిత్య లోకం తనకు అవగాహన లేకుండానే అంగీకరించి, అదే మూసలో కొనసాగుతోంది. దీంతో, ఏ పుస్తకం విడుదల అవుతోంది, ఏ పుస్తకం బాగుంది, ఏ పుస్తకాన్ని తప్పనిసరిగా చదవాలి అనే కబుర్లు పాఠకుల దృష్టికి రాకుండానే పోతోంది.

పుస్తక లోకం సేవా రంగంగా మారి వ్యాపార దక్షతను కోల్పోయింది. అలాగే, ఇక్కడ కొత్త ఆవిష్కరణలు పురుడు పోసుకోవడం లేదు. చలనం లేకుండా నిలిచిన నీటిలా మారిన చోట, కొంచె ప్రవాహ చలనాన్ని తీసుకుని వచ్చే పనిని అనేక వినూత్న కార్యక్రమాల ద్వారా వీరలోక చాలా శ్రద్ధతో, అంకితభావంతో చేస్తోంది. ఆ ప్రయత్నాలలో ఒకటి ఈ కథా సంక్రాంతి.

కన్నడ పుస్తకాలకు పాఠకుల కొరత ఉందని చెప్పడం కన్నా, కన్నడ సాహిత్యాన్ని ఇతర భాషల్లోకి అనువదించడం ద్వారా మన మార్కెట్‌ను విస్తృతం చేసి, తన పాఠకుల సంఖ్యను పెంచడమే కథా సంక్రాంతి లక్ష్యం. ప్రఖ్యాత కథకుడు కేశవ మళగి ఈ ప్రయత్నానికి నేతృత్వం వహించారు. కథల పోటీకి కొత్త నిబంధనలను ప్రవేశపెట్టడంతో పాటు, వర్ధమాన కథకులు తెరపైకి వచ్చి తమ కలంతో పదునైన కథా సేద్యం చేశారు. మా రచయితల కథలు, కథను నడిపించిన తీరుపై నాకు అపారమైన విశ్వాసం ఉంది.

అందుకే ఈ కథలను వివిధ భాషల్లోకి అనువదించే సాహసానికి తెర తీశాము. సాంప్రదాయకంగా సినిమా రంగంతో ముడిపడి ఉన్న పాన్ ఇండియా భావనను వీరలోక ద్వారా కన్నడ సాహిత్యంలోకి ప్రవేశపెట్టడం చాలా గర్వంగా ఉంది. ఇందులోని కథలు ఖచ్చితంగా మీ ఆసక్తిని ఆకర్షిస్తాయన్న నమ్మకం నాకుంది.

చదివే సౌఖ్యాన్ని మీరు ఆస్వాదించండి.

వీరకపుత్ర శ్రీనివాస్
ప్రచురణకర్త, వీరలోక బుక్స్

విషయసూచిక

1

కురుమల కొండ

రవికుమార్ నీహ

అనువాదం: **అశోక్ పిన్నమనేని**

"అదేంటీ... దాన్ని లాక్కొంటే, నీ ముల్లెను ఏదో లాక్కున్నట్లు కేకలేస్తావు. ఎప్పుడు చూసినా, దాంట్లోనే మునిగి తేలుతూ ఉంటావు? నీకు ఇల్లు, వాకిలి ఏదీ జ్ఞాపకం రాదు. కొద్దిగా అయినా బాధ్యత ఉందా. ఇల్లు, వాకిలి, భార్య ఇవన్నీ నీకెందుకు. నీ మొహం మండా. ముప్పొద్దులా తిరుగుతూ ఉంటావు. ఆ నా కొడుకులు నీకు చెప్పరా? వాళ్లూ నీలాంటి వాళ్లే. నీ అయ్య నిన్ను పుట్టించి, నాకు తగిలించి ప్రశాంతంగా పోయాడు. నిన్ను సాకి, పోషించాలంటే, రోజూ గొంతు కాలేలా వేన్నీళ్లు తాగుతున్నట్లు ఉంది. చాలయ్యా చాలు. నీ సహవాసం నాకు వనవాసంలా అనిపిస్తోంది. నీ రామాయణాన్ని చూడటానికేనేమో నేనింకా బతికి ఉన్నట్లు ఉంది?...' ఆమె తిట్ల పురాణం కొనసాగుతూనే ఉంది.

తల్లి మాటల్ని పట్టించుకోకుండా సీను తన పాటికి తాను మొబైల్ ఫోన్‌లో రీల్స్ చూడడంలో మునిగిపోయాడు. ఆడపిల్లలు, ప్రౌఢలు, భార్యాభర్తలు అందరూ రీల్స్‌లో చాలా అందంగా కనిపిస్తున్నారు. సొల్లు కార్చుకుంటూ 'అబ్బబ్బ.. వీళ్లంతా ఎంత అందగా ఉన్నారు' అనుకుంటూ కంటిపై రెప్పేయకుండా

చూస్తున్నాడు. రీల్స్‌లో కనిపించే అందగత్తెలను చూసినప్పుడల్లా, తన పెళ్లాం నల్లమూతి శాలిని వాంతి తెప్పించేలా కళ్లకు కనిపించేది. 'ఇంకెవరూ దొరకనట్లు, ఈ కర్రిదాన్ని చేసుకున్నాను కదా. ఇక్కడ ఎంత చక్కని అందగత్తెలు ఉన్నారు. మా అమ్మ నాపై పగ తీర్చుకునేందుకు అన్నట్లు ఈమెను నాకు ముడిపెట్టింది. వీళ్లలో ఎవరినైనా పెళ్లి చేసుకుని ఉంటే ఎంత బాగుండేదో. నడుము ఊపడాన్ని చూసేందుకు రెండు కళ్లు సరిపోవు. కళ్లు తిప్పడం ఎంత బాగుంది.... చేతులు ఆడించడం... ఓహో... అబ్బబ్బా... ఇవన్నీ ఉన్నాయి. వీళ్లెవరూ మా అమ్మకు కనిపించలేదా? నేను అమాయకంగా ఉన్నప్పుడు ఈమెకు నాతో మూడుముళ్లేయించింది. ఇప్పుడేమైనా ఛాన్స్ దొరికితే వీళ్లలో ఎవరో ఒకరితో జతకట్టాలి' రీల్స్ లోకంలో మునిగిన సీనుకు వాళ్లమ్మ ఈరమ్మ మాటలు చెవులకు ఎలా వినిపిస్తాయి.

శాలిని అనే కాదు. సీనుకు వయసు వచ్చే సరికి తాను ఎంత నల్లగా ఉన్నానో తెలుసుకున్నాడు. రోజులో మూడుసార్లు లక్స్‌తో మొహం కడగడం, ఆ తర్వాత సంతూరు, పియర్స్, డవ్... ఇలా టీవీలో ఏ సబ్బు ప్రకటన వస్తుందో, దాన్ని ఉపయోగించి మొహాన్ని సైన్సు ల్యాబు చేసుకున్నాడు. మొహం కడుక్కునేటప్పుడు ఎవరైనా తెల్లగా ఉన్నవాళ్లను చూసినా, జ్ఞాపకం చేసుకున్నా 'హత్తెరికే! మొహం కడుక్కుని అందరూ ఎర్రగా అవుతూ ఉంటే నేనేంటి ఇలా పుట్టాను' అని తనను తాను తిట్టుకునేవాడు. చిరుగు మీసాలు వస్తున్న సమయంలో మొహం మరింత నల్లగా మారింది. ఏం చేసినా మొహం తెల్లగానే అవ్వలేదు. చేసిన ప్రయత్నాలు అన్నీ విఫలం అయ్యాయి. అయినా తన ప్రయత్నాలను నిలపలేదు.

ఈరమ్మ-మూడ్లిల ఏకైక సంతానం సీనా అలియాస్ శ్రీనివాస. దేవుని ప్రసాదంతో పుట్టినవాడేమీ కాదు. యజ్ఞయాగాలు, పుత్రకామేష్టి ఇవేమీ చేయకపోయినా ఈరమ్మపై మూడ్లి దయచూపించి, బిడ్డను ప్రసాదించాడు! సంతానం కోసం పూజలు, పునస్కారాలు, భజన, మఠాలు, స్వాములు, ఆశ్రమాలను చుట్టే వారిని చూస్తే, 'గోచీ పెట్టుకుని పడుకుంటే పిల్లలు పుడతారా? దమ్ముతో కలిస్తేనే పుడతారు. ఇదేంటి, ఊరంతా జనం ఉన్నప్పుడు, '....' దానికి కొరతేమన్నా ఉందా' అనేది మూడ్లి వాదన.

చూపులకు ఠక్కున ఆకట్టుకునే రూపం ఈరమ్మది. గుండ్రంగా ఉండే నోరో, ఎత్తుగా కనిపించే ఛాతీ. ఇవి ఊళ్లో వాళ్లకు పండుగ భోజనంలా కనిపించేది. బెళకెరె తోటల్లో నాట్లు వేసేందుకు వెళ్లినప్పుడు, చీరను పైకి లాక్కొని, నడుము వద్ద

దోపుకుంటే, చూసేవాళ్ల మనసు ఆమె నడుము వంపుల్లో చిక్కుకు పోయేది. ఊళ్లో వాళ్ల ఏకాగ్రతను పాడు చేసి, ఊరు హితాన్ని ఈరమ్మ సౌందర్యం కాపలా కాసేది. ఇక మూడ్లి చక్కని దేహ దారుఢ్యాన్ని కలిగి ఉండేవాడు. ఊళ్లో ఉన్న ఆడవాళ్లందరికీ కావలసినంత మంది పిల్లల్ని ప్రసాదించేవాడిలా కనిపించేవాడు. చక్కని రసికుడు. అతని మాటలు కూడా అలాగే ఉండేవి. ఇలా ఉండే మూడ్లి ఒకే కొడుకుతో సరిపెట్టుకునే రకం కాదు. ఐదారుగురు పిల్లల్ని ఈరమ్మకు ప్రసాదించేవాడు. కానీ, కొడుకు పుట్టిన తర్వాత అతని ప్రాణం పోయింది. ఆ రోజు జరిగిన విషయం వేరే ఉంది.

ఆ రోజు అమావాస్య. ఆ రాత్రి ఎలుగుబంటిలా నల్లగా మసకేసింది. ఒకరి మొహం మరొకరికి కనిపించడం లేదు. అతను తన పనులన్నీ పూర్తి చేసుకునే సరికి లోకం మొత్తం నిద్రలోకి జారుకుంది. సీనును వెతుక్కుంటూ 'కురమల కొండ' వైపు వెళుతున్నప్పుడు ఆ వైపు గాలిలో ఏదో కదిలినట్లు వినిపించింది. శబ్దం మాత్రమే వినిపిస్తోంది. కళ్లకు ఏమీ కనిపించలేదు. శబ్దం వినిపించిన వైపు అడుగులు వేస్తూ వెళ్లాడు. చీకట్లో కరిగిపోయాడు. ఆ శబ్దం ఏమిటి?... దాన్ని అనుసరించుకుంటూ వెళ్లిన మూడ్లి ఏమయ్యాడు? అనే విషయం తెలియకుండానే పోయింది. తెల్లవారాక చూస్తే, 'చంద్రణ్ణ తోట' బయట గుంటలో మూడ్లి పడి ఉన్నాడు. అప్పటికి అతను ఊపిరి తీసుకుని ఎంతో సమయమైంది.

2

అతని ఊపిరాగి ఎన్నో ఏళ్లయింది. అలా అంట, ఇలా జరిగింది అని జనాలకు కట్టుకథలు చెప్పే వాళ్లే లేకుండా పోయారు. కథలు పుట్టి ఎన్ని ఏళ్లయిందో. గతంలో ఊళ్లో తాత, చిన్న రంగి, పెద్ద నాగి బతికి ఉన్నప్పుడు కథలకు కరవే లేదు. ఈ ఊరిది, పొరుగూరిది, అదీ కాకపోతే రామలక్ష్మణుల కథ, భర్తకు సాధ్యం కాకపోవడంతో కుంతి వేరేవాళ్లతో పిల్లల్ని కన్నదట. ఇలా కథలతోనే కోటలను కట్టిన ఊరు ఇదే అనిపిస్తుంది. ఆ ఒక్కో కథ ఊరంతా చుట్టుకుని వచ్చే సరికి ఎన్నేళ్లవుతోందో... అదే కాకుండా, వర్ణం, ఆకారం, వేషం, మూతీ, ముఖం మార్చుకుని తిరుగుతూ ఉండేది. చివరికి ఇవి మన ఊరివా? పొరుగూరివా అని తెలుసుకోవడం అసాధ్యం అయ్యేది.

పల్లెటూరి కథలలో తరచూ కొత్త వారు వచ్చి చేరుతూ ఉంటారు. కథ వింటున్నప్పుడు ఎవరికైనా ఆసక్తి తగ్గిపోతే, దానికి ఇంకో కథను కలిపి సరసమాడుతూ వీధులన్నీ తిప్పేవారు. ఆ కథను తిప్పింది చాలు, కాసేపు విశ్రాంతి

తీసుకుందాం అనుకున్నప్పటికీ అవి ఏదో ఒక ఇంట్లో తొంబై ఏళ్లు ఊపిరి పీల్చుకుంటూ ఉండేవి. అందుకే ఊళ్లో ఇళ్లను వెతికితే ఎంత లేదన్నా ఒక్కో ఇంట్లో వందల కథలు చూరుపట్టుకుని వేలాడుతూ ఉంటాయి. ఆ కథలకు పిల్లలై, మనవళ్లు, మనవరాళ్లై, మునిసంతానమై ఇళ్లంతా సంసారం చేసేవి. ఆ కథలకు ఆ ఇంటి వ్యక్తులే నిజమైన కుటుంబ సభ్యులు. పాతకాలం పెద్దలు మనలాగే వాళ్లు కూడా ఇంట్లో జీవిస్తున్నారులే అనుకుని, వాళ్లపాటికి వారిని పట్టించుకోకుండా వదిలిపెట్టారు. అలాంటి ఒక కథ, గ్రామం మొత్తాన్ని అనేకసార్లు చుట్టి వచ్చింది. గత తొమ్మిదేళ్లుగా అదే ఇంట్లో విశ్రాంతి తీసుకుంటోంది.

అయితే ఇటీవల కథలను 'నువ్వు ఎలా ఉన్నావు?' అని అడిగే వారు కూడా లేరు. ఎక్కడకు వెళ్లినా చెప్పేవాళ్లు, వినేవాళ్లు, పట్టించుకునే వారే లేకుండా పోయారు. ఎప్పుడూ టీవీ చూడడం లేదా సెల్ ఫోన్ చూడడంలో బిజీగా ఉండేవారు. దీంతో కథలకు జీవితకాలం ముగిసిపోతున్నట్లు అనిపించడం మొదలైంది. భయాన్ని పుట్టించే కథలకే భయం మొదలైంది. ప్రజలు బాధలను ఎదుర్కొంటున్నప్పుడు కథలే వారిని పక్కన కూర్చోబెట్టుకుని తమ అనుభవాల కథలను చెప్పేవి. దీంతో వారి బాధలు గాల్లో కలిసిపోయేవి. ఇప్పుడు కథలకే ఊపిరి తీసుకోవడం కష్టమవుతోంది. వీటికి ఊపిరి అందించే దేవేడు ఎక్కడ ఉన్నాడో? ఒక్కో కథ తాము ఉంటున్న ఇళ్లను వదిలి బయటకు రావడం మొదలుపెట్టింది. 'ఇది మా ఇంటికి మాత్రమేనా? ఇతరుల ఇళ్లలోనూ అలాగే ఉందా?' అని ఆలోచిస్తూ, ఆ కథలు గ్రామంలోని అన్ని చోట్లా తిరుగుతూ, ఇతర కులాలు, మతాల వారి ఇళ్ల చుట్టుపక్కలా వెతికాయి. కానీ, సమస్య లేకుండా జీవితాన్ని గడిపిన ఒక్క కథ కూడా దొరకలేదు. ఏ కథలోనూ వాటిని వినడానికి ఏ జీవీ మిగిలి లేదు.

జీవిత చరమాంకంలో ఉన్న పెద్ద కథ నాయనమ్మకు ఒక ఆలోచన వచ్చింది. అన్ని కథలను ఒక్క చోట చేరాలని, అన్ని గుడిసెలకూ సందేశాన్ని పంపించింది. పగలే చూడకుండా గుడిసెల్లోనే కూర్చున్న కథ, రంగురంగుల చాప మీద కూర్చున్న కథ, పున్నమి రాత్రి కథ, కుంటి చెన్నడి కథ, ప్రాణులు, పక్షులు, మనుషులు, సకల జీవరాశుల కథలు ఇలా అన్నీ. ఇళ్లను వదిలి బయటకు వచ్చాయి.

బ్రాహ్మణుల గుడిసెల్లో ఉన్న పురాణ పుణ్య కథలు 'వెళ్లాలా వద్దా...వెళ్లి వారిని తాకితో మడికి మైలపడే, ప్రాయశ్చిత్తానికి ఎక్కడికి వెళ్లాలి' అనుకుంటూ అక్కడే

ఉండిపోయాయి. 'మాకేమీ కష్టం రాలేదు. రాసి పెట్టేవారు ఉన్నారు. మనం ఇతరుల కథల్లో ఎందుకు చేరాలి?' అనుకుంటూ పదిపదిహేను సార్లు ఆలోచించాయి. అయితే అన్ని కులాల వారి ఇళ్ల నుంచి కథలు వరుస కట్టి వెళుతూ ఉండటాన్ని చూసి, తెల్లని అంగవస్త్రాన్ని ధరించి, పొడుగు నామాలు నుదుటిన పెట్టుకుని, 'వాటిని తాకకుండా, కొంచెం దూరంగా నడుచుకుంటూ వెళితే సరిపోతుంది. అక్కడేం అవుతుందో చూద్దాం' అంటూ అవి కూడా బయలుదేరాయి.

కళ్లు పొడుచుకున్నా, కనిపించని చీకటి రాత్రి. వింతగా, నిశ్శబ్దంగా, ప్రశాంతంగా ఉంది. ఒకరి ముఖం మరొకరికి కనిపించడం లేదు. అన్ని కథలు గ్రామానికి మధ్యలో ఉన్న రావి చెట్టు చుట్టూ ఉన్న రచ్చబండ వద్ద చేరడం ప్రారంభించాయి. దీనికోసం కథల పెద్ద నాయనమ్మ చాలా కష్టపడింది. ఒక ఏడాది చెప్పినా ముగియని కథ ఆమెది. ఆమె కథ గ్రామానికి చాలా ముఖ్యమైనది. ఆమె చిన్నతనంలో గొప్ప కథలు ఒక దశాబ్దం లేదా ఒక తరంలో కూడా ముగిసేవి కావు. కానీ, కథల పెద్ద నాయనమ్మది కేవలం ఒక ఏడాది పాటు సాగే కథ. ఆమె కథ ఎదుర్కొంటున్న ప్రధాన సమస్య ఏమిటంటే, ''నా కథేమో, ముగింపు దశలో ఉంది. నా వంశం ఎదగకపోతే ఈ లోకం ఉంటుందా? ఈ ప్రపంచానికి అంతమయ్యేందుకు నేనే కారణం అవుతాను కదా? అందుకే ఏమైనా సరే నేను పరిహారాన్ని వెతకాలి. కథల వంశం కొనసాగేలా చూడాలి'' అనుకుంది.

అలా అనుకున్న తర్వాత, కథలన్నీ ఒక్క చోట చేరాలని చాటింపు వేసే బాధ్యతను ఆమె ఒక కథకు అప్పగించింది. ఆ కథ ముగించేందుకు ఒక వారం కన్నా తక్కువ సమయమే పడుతుంది. ఎంచుకున్న కథ, 'మూడు రాత్రుల కథ'కూ తెలుసు. తమ తరంలోనే జీవిత కాలం అంతా ముగిసిపోతుందని దానికి తెలుసు. 'ఎవరు ఏమనుకున్నా' వారి మాటలు చెవిన వేసుకోకుండా, అన్ని ఇళ్లకూ సమాచారాన్ని చేర్చి, 'ఇదీ విషయం' అని అది చెప్పి వచ్చింది. ఇప్పటికే మాట్లాడటాన్ని మరచిన కథలు, కళ్లే కనిపించని కథలు, నడవలేని కథలకు కొంచె సత్తువ వచ్చినట్లయింది.

పురాణ పురుషుల కథలను ఆహ్వానించాలా వద్దా అని 'మూడు రాత్రుల కథ' ఆలోచించింది. ఒక నిర్ణయాన్ని తీసుకునేందుకు మూడు రాత్రుల కథకు రెండు రోజుల సమయం పట్టింది. అందరూ పడుకున్నప్పుడు, కథ పురాణ పుణ్య కథల గుమ్మం వద్దకు వెళ్లి, 'ఇదీ పరిస్థితి' అని చెప్పివచ్చింది.

హఠాత్తుగా వచ్చిన ఆహ్వానంతో పురాణపుణ్య కథలు ఆందోళనకు గురయ్యాయి. "అయ్యో వెల్లమ్మా! మీకు పనీపాటా ఏమీ లేదు. ఇక్కడ చూస్తే మా దగ్గర కొత్త కొత్త కథలు ఎలానో పుడుతూ ఉన్నాయి. అవన్నీ చెడ్డ సంతానమే. అయితే ఏమిటి కథలైతే పుడుతున్నాయి. చూద్దాం... తీరిక దొరికితే వస్తాం" అని చెప్పి పంపించాయి. అలా చెప్పి పంపించినప్పటికీ పురాణ పుణ్య కథల మదిలో ఆలోచనల మథనం మాత్రం ఆగలేదు.

అన్ని వీధుల్లోని ఇళ్లలో కథలకు విషయాన్ని చెప్పానని 'మూడు రాత్రుల కథ' అనుకుంది. పంపినప్పటికీ, వారి హృదయాలలో వారు తమను తాము సంతృప్తి పరచలేదు. ఆయా వీధులు, సందుల నుంచి వస్తున్న కథలు కూడా, ఏదైనా దీనితో జీవించేందుకు అవకాశాలు మెరుగైతే బాగుండు అనే ఆశతో అడుగులు వేస్తూ వస్తున్నాయి. ఈ కథలన్నీ రావిచెట్టు కింద రచ్చబండపై వరుసగా వచ్చి చేరడంతో అక్కడ సందడి మొదలైంది.

3

గ్రామం మొత్తానికి మూడ్లి అందగాడు. అతని కొడుకు సీనా. సీనా యుక్తవయస్సును దాటుతూ, మరింత పురుషుడిగా మారే దశలో ఉన్నాడు. తాను మగాడిగా ఎదుగుతున్నానని, తెలుసుకున్నదే ఆలస్యం, మరింత మగతనాన్ని చూపించే మార్గం కోసం చూస్తున్నప్పుడే అతనికి విమ్లి దొరికింది. ఆమె అప్పుడే యుక్తవయస్సుకు చేరుకుంది. ఇటీవల కలల్లో కనిపిస్తున్న దృశ్యాలు, వింత కోరికలు, కంటిపై కునుకు లేకుండా చేస్తున్నాయి. అదే సమయంలో ఆమె దృష్టిలో సీనా పడ్డాడు. అదేం కథో, వారిద్దరూ ఒకరికొకరు ఆకర్షితులయ్యారు. గ్రామ శివార్లలోని కురుమల కొండ వద్ద కలుసుకోవడం ప్రారంభించారు. వారు ఒకరితో ఒకరు ముచ్చట్లాడుతూ సమయం గడిపేవారు. ఈ ప్రపంచంతో సంబంధమే లేనట్లు ఒకరి శరీరాన్ని, మరొకరు స్పర్శించుకుంటూ, దేని కోసమో అన్నట్లు అన్వేషించుకునేవారు. సీనాని విమ్లి తన ప్రియునిగా భావించింది. సీనా కూడా అలాగే భావించాడు.

ఊళ్లో వాళ్ల కంటపడకుండా ఇది ఎంతకాలం కొనసాగుతుంది? ప్రపంచం మొత్తానికి చెప్పుకోలేని కష్టంతో సతమతం అవుతూ ఉంటే, వీరిద్దరికీ ఒక్క నిమిషం దూరంగా ఉన్నా నరకంలా అనిపించేది. గ్రామస్థులు ఎవరూ సంచరించని చోట, వారి కళ్లకు కనిపించకుండా ఏకాంతంగా కలుసుకునేవారు.

విప్లి వింతగా ప్రవర్తిస్తోందని ఆమె తండ్రి చంద్రన్న గమనించాడు. ఇంటి బయటకు వెళుతున్న ఆమెను చూసి, ఆమెకు తెలియకుండా అనుసరించుకుంటూ వెళ్లాడు. విప్లీ, సీనా సరసాలను చూశాడు. దాన్ని చూసి అతను తట్టుకోలేక పోయాడు. వారిద్దరినీ గదిరాడు. విప్లి భయంతో వణికిపోతూ, తండ్రి వద్దకు వచ్చి తమను క్షమించమని వేడుకుంది. చంద్రన్న శీనును కొట్టి దాదాపు చంపినంత పని చేశాడు. అతను విప్లీని సీనా వద్ద నుంచి లాక్కొని ఈడ్చుకుని వెళుతూ, 'మళ్లీ వచ్చి చెబుతాను' ఉండు అని హెచ్చరిస్తూ వెళ్లాడు.

ఆ చీకటి రాత్రిలో సీనకు ఏమైందో అర్థం కాలేదు. అతని శరీరం పచ్చి పుండైంది. గాయాల నుంచి రక్తం కారింది. శరీరం నొప్పితో మొద్దుబారిపోయింది. తనలో ప్రాణం పోతున్నట్లు అనిపించింది. ఎండిన చెట్టు మొదట్లో చాలాసేపు సొమ్మసిల్లి పడి, చాలాసేపు అలాగే ఉండిపోయాడు.

ప్రతి రాత్రిలాగే, మూడ్లి మూత్ర విసర్జన చేయడానికి చాప మీద నుంచి లేచాడు. ఇంటి వెనుక పెరట్లో పనికానించి మళ్లీ పడుకునేందుకు చాప వద్దకు వచ్చాడు. రాత్రి తన పక్కనే పడుకున్న సీనా చాప మీద కనిపించలేదు. సీనా ఎక్కడికి పోయి ఉంటాడని అని ఆలోచించాడు. అతను ఇల్లు వదిలి వెళ్లిపోయాడా? అతను బహిర్భూమికి వెళ్లి ఉంటాడని భావించాడు. చాలా సమయం గడిచినా కొడుకు తిరిగి రాలేదు. కొడుకు రాకకోసం చాలాసేపు వేచి చూసి, చివరకు సీనాను వెతుక్కుంటూ మూడ్లి ఇల్లు వదిలి బయటకు వచ్చాడు. చుట్టూ చిమ్మచీకటి. ఆ నిశ్శబ్ద రాత్రిలో అతనికి సీనా ఎక్కడా కనిపించలేదు. నేరుగా రావిచెట్టు మార్గం నుంచి నడుచుకుంటూ, గ్రామ శివార్లలోకి వచ్చాడు. అక్కడి నుంచి కురుమల కొండ వైపుకు చేరుకున్నాడు. అక్కడ స్పృహ కోల్పోయి, అపస్మారక స్థితిలో ఉన్న తన కొడుకు సీనాను చూశాడు. అతని నోటి నుండి రక్తం, సొల్లు కారుతూ ఉంది. మెల్లగా అతన్ని పైకి లేపి, అతని చేతులను భుజం చుట్టూ వేసుకుని, నెమ్మదిగా నడిపించుకుంటూ తన గుడిసెకు తీసుకువచ్చాడు.

ఇద్దరూ ఇప్పుడు ఎక్కడికి వెళ్లారని తమలపాకుకు సున్నం రాసుకుంటూ కూర్చున్న ఈరి అడిగింది. అడుగుతూనే కొడుకు స్థితిని చూసి నోరు పిడచగట్టుకుపోయింది. ''ఏమైంది, నా కొడుక్కు ఏమైంది? ఎందుకు ఇలా ఉన్నాడు? ఓరి దేవుడా!'' అంటూ శోకాలు పెడుతూనే సీనాకు నీరు తెచ్చి ఇచ్చి, తాగేందుకు సహాయం చేసింది. దెబ్బలకు పైపూతగా పెట్టేందుకు మూలికల ఔషధాన్ని తయారు చేసేందుకు గుడిసె బయటకు వచ్చింది. పసరు చేసుకుని వచ్చి

కొడుకు గాయాలకు పూత పూసింది. ఈ ఉపచారాలతో కొడుకు తేరుకున్నట్లు మూడ్లి గమనించి, కుదుటపడ్డాడు. 'ఏమైందయ్యా? ఏమైంది. అక్కడ ఎందుకు పడి ఉన్నావు?' అని సీనను మూడ్లి అడిగాడు.

సీనా శక్తిని అంతా కూడగట్టుకుని 'కు...రు...ము...ల...కొం...డ' అని చెప్పడానికి గంట పట్టింది.

మూడ్లి తన భుజం మీద తువ్వాలు వేసుకుని, వెంటనే అక్కడకు వెళ్లి ఏం జరిగిందో కనుక్కోవాలని నిర్ణయించుకుని, ఇంటి బయటకు అడుగులు వేశాడు. 'కురుముల కొండ' వద్దకు వచ్చి చూసినా ఏమీ కనిపించలేదు. అన్నీ గుంతలే. ఒకప్పుడు పెద్దగా ఉన్న 'కురుముల కొండ' ఇప్పుడు కరిగిపోయింది. ఆ ప్రాంతంలో మనిషి ఎత్తు గుంటలు ఉన్నాయి. తన కొడుకు ఇక్కడకు ఎందుకు వచ్చాడో అతనికి అర్థం కాలేదు. ప్రస్తుత స్థితిలో ఇక్కడ ఎందుకు పడుకున్నాడో తెలియకుండా పోయాడు. ''అదిగో, అక్కడే, అతనే...'' అనే మాటలు వినిపించాయి. ''ఎవర్రా అది'' అని మూడ్లి కేకలు వేశాడు. దగ్గరకు వచ్చిన ఐదారు మంది మూడ్లిని కట్టెలతో కొట్టారు. 'వెయ్యండ్రా వాడికి. బతికే ఉండకూడదు' అన్న మాటలు చంద్రన్నవి అని మూడ్లి తెలుసుకున్నాడు. 'ఎందుకు కొడుతున్నారు' అని అడగాలని అనుకున్నాడు. కానీ, అతని మాటలు నోట్లోనే ఉండిపోయాయి. వాళ్లంతా కలిసి అతన్ని దారుణంగా కొట్టారు. కదలకుండా పడిపోయాడు మూడ్లి. 'ఆనవాళ్లు లేకుండా చెయ్యరా' అనే మాట తర్వాత దెబ్బపై దెబ్బ అతని శరీరంపై పడింది. కొడుతున్నప్పుడు వారి స్వరాలు 'కురుముల కొండ'ను దాటి రావి చెట్టు వరకూ వినిపించాయి.

4

రచ్చకట్ట వద్ద చేరుకుని ఒకరిని ఒకరు చూసుకుంటూ, కబుర్లు చెప్పుకుని ఎన్నేళ్లయిందో. కథలన్నింటి మొహాలపై సంతోషం కనిపించింది. ఒకరినొకరు హత్తుకుని, కౌగిలించుకుంటూ శుభాకాంక్షలు, ఆనందాలను పంచుకుంటూ, క్షేమ సమాచారాలు తెలుసుకున్నారు. వారి ఆనందానికి అవధులు లేవు. ఆ సంతోషాన్ని వర్ణించేందుకు పదాలే లేవు. కథల పెద్ద నాయనమ్మ ''ఇది ఇలాగే కొనసాగితే, త్వరలో తెల్లవారైపోతుంది. ఉదయమైతే ప్రజలు తమ కార్యక్రమాలను ప్రారంభిస్తారు. మనం ఇక్కడి సమావేశపు ఆశయం నెరవేరదు. సమీప భవిష్యత్తులోనూ మనం మరోసారి ఇలా కలుసుకోవడం సాధ్యం కాదు.

మనందరికీ సొంత పనులు కూడా ఉన్నాయి. ఇప్పుడు మాట్లాడుకుని ఒక దారి వెతుకుదాం'' అని సంభాషణను ప్రారంభించింది.

''చూడండి కథలూ! మనం ఒకరిని మరొకరు చాలా రోజుల నుంచి కలుసుకోలేదు. మనకు మన మొహాలే గుర్తు లేవు. అలాంటిది మనం ఒకరి ముఖాలను మరొకరు ఎలా గుర్తుపడతారు? గత జన్మలో చేసిన పుణ్యంతోనే మనం ఇక్కడ ఇలా కలిశాము. ఒకరినొకరు చూసుకుని తృప్తి పడితే సరిపోదు. మనం ఇంకా బతికే ఉన్నాము. మన వంశం నిలబడాలి. మనం ఇప్పుడు విత్తనాలు విత్తడమే లేదు. కథల విత్తనాలు ఎక్కడెక్కడో పడుతున్నాయి. మన ప్రణాళికలు కార్యరూపం దాల్చడం లేదు. కథలు చెప్పేవారే లేరు. కథలు చెప్పడానికి మేము ఉన్నాము అంటున్నా, వినేవారే లేరు. ఇది ఇలాగే కొనసాగితే మనం మనుగడ సాగించలేము. అంతే కాదు వేల ఏళ్లుగా కొనసాగుతూ వచ్చిన ఈ భూమి ఏమై పోతుంది. దానికి కూడా ప్రాణిపక్షులను అభివృద్ధి చేసే సత్తువ అయినా ఎక్కడి నుంచి వస్తుంది. మనం ఆయా కాలాలకు అనుగుణంగా కథలను సృష్టిస్తేనే ఈ నేల, ఈ గాలి, ఈ చెట్లు, ఈ మొక్కలు అన్నీ సంతోషంగా, ఆరోగ్యంగా ఉంటాయి. అయితే ఇప్పుడు అవన్నీ అంతిమ దశకు చేరుకున్నట్లు అనిపిస్తోంది. మనం ఎంతసేపని ఊపిరి బిగబట్టి ఉండగలం. చావుబతుకుల మధ్య కొట్టుమిట్టాడుతూ, పిచాచాల్లా అయిపోయాము. చచ్చి స్వర్గానికి వెళదాం అనుకుంటే, మన పూర్వీకుల నుంచి మనకు లభించిన అలవాటును మనం కొనసాగించలేక పోయామని బాధ కలుగుతోంది. ఇంకా ఈ జీవితాన్ని ఎంత వరకు మనం బలవంతంగా కొనసాగించగలం'' అంటూ ఏకథాటిగా చెప్పి, గట్టిగా ఊపిరి తీసుకుంది.

అక్కడ మౌనం రాజ్యమేలింది. కథలన్నీ ఆలోచనల్లో మునిగిపోవడంతో నిశ్శబ్దం ఆవరించింది.

కథల పెద్ద నాయనమ్మ మాటలు వారి జీవితాలను కళ్ల ముందుంచేలా చేశాయి. ఇంతసేపూ మౌనంగా ఉన్న పురాణపుణ్య కథ మాట్లాడటం మొదలుపెట్టింది. ''మీ పని అయిపోయింది. మీ కథలు వినడానికి, చెప్పడానికి, సృష్టించడానికి ఎవరూ లేరు. దాన్ని మనం ఎలాగైనా సహించుకోవచ్చు. అయితే, మా కష్టం వేరే ఉంది. అబద్ధాలతోనే కథలుగా మార్చి, నిజమైన కథలు కనుమరుగై పోతున్నాయి. పురాణపుణ్య కథలు అంటేనే ఒకప్పుడు రొమ్ము విరుచుకున్నట్లు గర్వంగా జీవించేవి. ఇప్పుడు అలా లేదు. మాకు మరుపు

వచ్చేసింది. ఏది పుణ్య కథో, ఏది అబద్ధపు కథో అర్థం కాని పరిస్థితి. ఒక్కో కథను వంద కొత్త కథలుగా మార్చారు. అబద్ధాలతో కూడిన కథలన్నీ ఆ టీవీలలో ప్రసారం అవుతున్నాయి. మనం పుట్టినప్పుడు, మనం సృష్టించిన కథలే జీవితాన్ని సృష్టిస్తాయని చెప్పేవాళ్లు. ఆ కథల్లో మోసం, ద్వేషం ఉండేది కాదు. కోటానుకోట్ల జీవరాసులు అందులోనే జీవించాలి. అయితే ఇప్పుడు మనుషులు సాటి మనిషిని సహించలేని విధంగా కథలు పుడుతున్నాయి. ఇంకా, ఇతర జీవరాసులకైతే కథలే లేవు. బతుకు మొత్తంలోనూ ఉండవు. అయితే ఫొటోలు మాత్రమే ఉంటాయి. ఈ అబద్ధపు కథలు ఆలకించి విసిగిపోయాం. నిజమే, వీటన్నింటికీ ముగింపు పలకాలి'' అని చెప్పింది.

వెంటనే కథలు ఒకదానితో మరొకటి మాట్లాడుకోవడం మొదలుపెట్టడంతో అక్కడ సందడి నెలకొంది.

అది మంచు నీరుగా మారే సమయం కావచ్చింది. అన్ని కథలు కలిసి కథల పెద్ద నాయనమ్మతో మాట్లాడాయి. ''అందరికన్నా నువ్వే పెద్దదానివి. పూర్వీకురాలివి. నువ్వే చెప్పు'' అంటూ తదుపరి నిర్ణయం తీసుకునే బాధ్యతను అప్పగించాయి. కథల పెద్ద నాయనమ్మ ఏం చెబుతుందో ఆలకించేందుకు అన్ని కథలు మౌనంగా ఉన్నాయి. అదే సమయంలో ఆ వైపు నుంచి నడుస్తూ, వస్తున్న ఒక వ్యక్తిని కథలు చూశాయి. అతన్ని చూడగానే వాటికి మరింత కంగారు పుట్టింది. అతను ఈ వైపు చూడకుండానే, రచ్చబండ దాటి ముందుకు నడుచుకుని వెళ్లాడు.

అతను ముందుకు వెళ్లగానే 'మూడు రాత్రుల కథ' మాట్లాడుతూ, 'చూడండి కథలూ, ఇప్పటి వరకు మనుషులు కథలకు ప్రాణం పోసేవారు. ఇప్పటి నుండి, మనం ఆ మనుషుల్లానే కథలకు జీవం పోస్తూ వారిని ఆడిస్తూ వెళదాం. అందరూ ఆ మనుషుల గురించే కథలు సృష్టిస్తూ వెళ్లండి. ఎలా ఇష్టమైతే అలా కథలు పుట్టించండి. మనం ఏమిటో, మన సత్తా ఏమిటో చూపిద్దాం. ఇప్పటి నుంచే మనం కథలను మొదలుపెడదాం'' అని చెప్పినప్పుడు ''ఈ మనుషులకు బుద్ధి వచ్చేవరకు, మనల్ని వాళ్లు అర్థం చేసుకునే వరకు మనం కథలను పుట్టిస్తూనే ఉందా. అప్పుడే వాళ్లు సరైన మార్గంలోకి వస్తారు'' అని అనుకుంటూ కథలన్నీ ఒక తీర్మానానికి వచ్చాయి.

''చూడండి, అది మరింత సమస్యను సృష్టిస్తుంది'' అని కథల పెద్ద నాయనమ్మ చెబుతున్నా వినకుండా అవన్నీ నిర్ణయాన్ని తీసుకున్నాయి.

5

...ఇదంతా జరుగుతుండగా, మూడ్లీ మరణానికి ముందు, ప్రపంచంలోని ప్రజలు ఎండిన ఆకుల్లా నేలమీద ఎందుకు పడిపోతున్నారో తెలియడం లేదు. టీవీల్లో చూస్తే, శవాల గుట్టలు కనిపిస్తున్నాయి. అంబులెన్స్‌లు వేగంగా దూసుకుపోతున్నాయి. హఠాన్మరణాలకు సంబంధించిన వార్తలు నిత్యం ప్రసారం అవుతున్నాయి. ఎవరైనా దగ్గినా లేదా మరొకరిని తాకినా వ్యాధి వ్యాప్తి చెందుతుందట. అన్నట్లు దానికి ఔషధమే లేదంట. ఎవరైనా ఆ మహమ్మారి బారిన పడి చికిత్స చేయించుకోకుండా తప్పించుకుని వెళితే, వారిని వెతుక్కుని వెళ్లి, పట్టుకుని వచ్చి గదుల్లో బంధిస్తున్నారు.

ఇవన్నీ చూసి ప్రజల భయాందోళనలు రెట్టింపయ్యాయి. ఎవరైనా దగ్గినా లేదా అనారోగ్యంగా కనిపించినా, దూరంగా ఉండాలని హెచ్చరిస్తున్నారు. జ్వరం వచ్చిన వ్యక్తి ఉంటే, అతన్ని ఇంట్లో గది దాటి బయటకు రావద్దని తాఖీదులు జారీ చేస్తున్నారు. అందమైన పల్లెలు కూడా భయంతో వణికిపోయాయి. ఎవరికి ఏమవుతుందో అన్న ఆందోళన కంటిమీద కునుకు లేకుండా చేసింది. అందరూ ప్రాణాలు అరచేతిలో పెట్టుకుని, బతుకును భారంగా ఈడ్చుతున్నారు. ఈ మహమ్మారి ప్రారంభమైన పదిహేను రోజుల వ్యవధిలో మూడ్లి చనిపోయాడు. మూడ్లి అదే రోగంతో చనిపోయాడా లేక మరేదైనా జరిగిందా అనేది తెలియరాలేదు. కానీ, మూడ్లి మాత్రం ప్రాణాలతో లేడు.

నీ భర్త చనిపోయాడు కనుక, ప్రభుత్వం నీకు పరిహారం ఇస్తుందని గ్రామస్తులు ఈరితో చెప్పడం మొదలుపెట్టారు. ప్రభుత్వానికి దరఖాస్తు చేయాలని సూచించారు. దానికి ఈరి ''మూడ్లి సీనాను ఇచ్చాడు. దయచేసి అతను జీవితంలో స్థిరపడేందుకు ఒక మార్గాన్ని చూపించండి. అప్పుడే నాకు నా బాధ్యతల నుంచి విముక్తి లభిస్తుంది'' అని అంటూనే దరఖాస్తు వేసుకుంది.

ఈరోజు పనవుతుంది రేపు అవుతుంది... ఇదుగో పరిహారం వస్తుంది అనుకుంటూ ఉండగానే ఏళ్లు గడిచాయి. కానీ పరిహారం రానేలేదు. వస్తుందన్న ఆశతోనే కాలం కరిగిపోయింది. కొడుకును పెంచడంలోనే ఆమె అలసిపోయింది. మూడ్లి ఒకప్పుడు బతికి ఉన్నాడు అనేందుకు సీనా ఒక్కడే ఆమెకు ఏకైక సాక్షి.

తండ్రి లేని బిడ్డ కావడంతో సీనాను ఈరి ఎంతో ప్రేమగా, ఆప్యాయంగా పెంచింది. మూడ్లి చనిపోయిన తర్వాత సీనా ప్రవర్తనలో మార్పు వచ్చింది. సీనా

సంతోషమే ఈరికి ముఖ్యం కనుక, ఆమె అతనికి ఏది కావాలంటే అది ఇచ్చేది. నాకు మొబైల్ ఫోను కావాలంటూ సీనా కోరితే, అప్పు చేసి మరీ ఈరి ఒకటి కొని ఇచ్చింది. రోజంతా మొబైల్‌లో కనిపించే అందమైన అమ్మాయిలను చూసి తనలో తాను మాట్లాడుకునేవాడు. రాత్రుళ్లు మెలకువతో ఉంటూ, దుప్పటి కప్పుకుని తనకు ఏది కావాలో దాన్ని చూసుకునేవాడు. అశ్లీల చిత్రాలు, వీడియోలు ఎక్కువగా చూసేవాడు. అందులోని ఎత్తుపల్లాలను చూసి పడుకునేవాడు. తడి కలల తర్వాత మేల్కొనేవాడు. కొన్నిసార్లు, అతను తన ఆలోచనలలో తానే మునిగి ఏదో కోల్పోయిన వాడిలా కనిపించేవాడు.

మూడ్లీ ఇలాగే అనుమానస్పదంగా మరణించాడు. మూడ్లికి ఏదో పెద్ద జబ్బు వచ్చిందంటూ షావుకారు చంద్రన్న ప్రచారం చేశాడు. అలా చేస్తేనే హత్య విషయం బయటకు రాదని భావించాడు. దేశం మొత్తానికి పట్టిన మహమ్మారే మూడ్లీ మరణానికి కారణమని నమ్మించాడు. మూడ్లి శరీరాన్ని ఐదారు చీరల్లో చుట్టి, అతని గాయాలు, రక్తం కనిపించకుండా కప్పి ఉంచారు. అతను మరణించిన తర్వాత జేసీబీతో ఇద్దరు వ్యక్తుల ఎత్తు అంత లోతుగా గుంట తవ్వించి, అందులో మూడ్లీ మృతదేహాన్ని పడేశారు. పైన మట్టితో కప్పేశారు. ఈ ప్రపంచంతో సంబంధం లేనట్లు ఆలోచనల్లో కూరుకుపోయిన సీనా చేత్తోనే ఊళ్లో వారు అంత్యక్రియలు చేయించారు.

ఆ తర్వాత మొదటిలాగా సీనా అవ్వలేదు. ఎప్పుడూ తనలో తాను నవ్వుకుంటూ, మొబైల్‌లో వీడియోలు చూసుకుంటూ గడిపేవాడు. కొడుకు ఇలా ఉంటే పూర్తిగా పాడయిపోతాడని భావించిన ఈరి చుట్టుపక్కల ఊళ్లన్నీ తిరిగి చివరికి శాలిని అనే అమ్మాయితో సీనాకు పెళ్లి చేయించింది. కొడుకు జీవితం ఒక దారిన పడుతుందని భావించిది. శాలిని కన్నా సీనా తన ఫోన్‌నే ఎక్కువగా ప్రేమించేవాడు. అతనికి ఎవరైనా భోజనం పెడితే మాత్రమే తినేవాడు. లేకపోతే, అతను రోజంతా ఫోన్‌లో వీడియోలు చూస్తూ ఉండిపోయేవాడు. అతనికి ఎక్కడెక్కడ దెబ్బలు తగిలాయో? కురుమల కొండ వద్ద ఏదైనా పిచాచం పట్టుకుందో. గతంలో జరిగిన విషయాలేవీ అతనికి గుర్తు లేవు.

సీనకు యుక్తవయస్సు దాటుతోంది. చిన్నవాళ్లంతా అతన్ని చూసి నవ్వుకునేవారు. 'ఆడుకునే వాడికి పెళ్లి చేస్తే, చేయాల్సిన పని వదిలి ఇంకోటేదో చేసుకున్నాడట' అన్నట్లు సీనా జీవితం మారిపోయింది. శాలినితో రాత్రి గడిపిన క్షణాలు, ఆమె ఎత్తుపల్లాలను పట్టుకున్న విషయాలు, తమ సరస సల్లాపాలను

సిగ్గూ, ఎగ్గూ లేకుండా ఊరంతా చెప్పుకుని తిరిగేవాడు. సరస సల్లాపాలకు సంబంధించిన అతని మాటల్ని వినేందుకు ఊళ్లో వాళ్లు కుతూహలాన్ని చూపించేవారు.

6

తమ ఆనందాన్ని కోల్పోయిన కథలు, మనుషుల ప్రపంచాన్ని అర్థం చేసుకోవడం ప్రారంభించాయి, ''ఇప్పుడు ప్రపంచం ఎలా ఉందో మనం తెలుసుకున్నాము. ప్రపంచాన్ని, దాని పనితీరును ప్రతిబింబించేలా మనమే కథలను సృష్టిస్తాము'' అనుకుని అవి కథల్ని పనిని ప్రారంభించాయి.

'ఈ జనాలకు బుద్ధి చెప్పలేము' అని తెలుసుకుని, మార్పు తీసుకు వచ్చే కథల బదులుగా ఉద్రేకం కలిగించే కథలు, స్త్రీ-పురుషుల మధ్య రహస్య సంబంధాలు, కులం-మతం పేరిట కొట్టుకునే కథలు... ఇలాంటివే కుక్క కొడుగుల్లా కథలు పుట్టడం మొదలయ్యాయి. కథలే ఇలా ఉన్నప్పుడు మనుషుల విషయం ఎలా ఉందని ప్రత్యేకంగా అడగాలా? ఆ కథలను వాళ్లు ఆస్వాదిస్తూ, ఎవరి జీవితం ఎలా పోతే మాకేంటి అన్నట్లు తమకు నచ్చినట్లు ఉంటూ, ఆ కథలను మరింత ప్రచారం చేశారు. మూడ్లీ మరణం ఇలాంటి కథల సృష్టికి పునాది వేసింది. మూడ్లి మరణంతో బంజరు భూమిగా ఉన్న ప్రాంతంలో సమృద్ధిగా వర్షాలు కురిసి, సస్యశ్యామలంగా మారింది. ఆ తర్వాత అక్కడ రకరకాల కథలు పుట్టుకొచ్చాయి.

''మూడ్లి శవం షావుకారు చంద్రన్న తోట దగ్గర పడి ఉంది. ఆ హత్యను అతనే చేయించాడు. ఎందుకంటే చంద్రన్న భార్యకు, ఈ మూడ్లికూ వివాహేతర సంబంధం ఉంది. ఆ విషయం చంద్రన్న చెవిన పడింది. ఆ అమావాస్య రాత్రి తన మనుషులతో కొట్టి చంపించాడు'' అని కథ తెరపై సినిమా చూపిస్తున్నట్లు చెప్పింది.

''అవును, నిజమే. షావుకారు చంద్రన్న ఇంట్లోనే మూడ్లి ఎప్పుడూ ఉండేవాడు. చంద్రన్న ఇంటికి తానే యజమాని తానే అన్నట్లు వ్యవహరించేవాడు. అతనికి తగిన శాస్త్రే జరిగింది'' అని మరో కథ వ్యాఖ్యానించింది.

అప్పుడు మరొకరు స్పందించారు,

''అలా కాదు అన్నా. షావుకారు చంద్రన్న కుమార్తె విమ్లి ఉంది కదా? ఆమె పెద్దమనిషి అయినప్పటి నుంచి మూడ్లి ఆమెకు శృంగార ప్రపంచంలోని

ఆనందాన్ని రుచి చూపించాడంట. దాంతో ఆమెకు ముట్టు నిలిచిపోయిందట. దీంతో కంగారుపడిన చంద్రన్న తన కూతుర్ని నిలదీస్తే జరిగిన విషయం ఆమె తండ్రికి చెప్పింది. దాన్నే మనసులో పెట్టుకుని, సమయం కోసం వేచి చూసి మూడ్లిని హత్య చేశాడంట'' అని మూడవ కథ మరో కొత్త కథను చెప్పింది.

''అయ్యో! అసలు కథ మీకు ఎవరికీ తెలియదు. మూడ్లి భార్యతో షావుకారు చంద్రన్నకు అక్రమ సంబంధం ఉంది. ప్రతి అమావాస్య రాత్రి కలుసుకునేవారు. ఈ విషయం తెలుసుకుని మూడ్లి అమావాస్య కోసం ఎదురుచూశాడు. ఆ రోజు రాత్రి చంద్రన్నని అనుసరించాడు. అతను షావుకారుపై దాడి చేసి పోరాడాడు. దాడిలో గాయపడి మూడ్లి చనిపోయాడు. మూడ్లి కొడుకు సీనాన్ని చూడు. అచ్చంగా షావుకారు చంద్రన్నలా అతని పోలికలతో నల్లగా కనిపిస్తున్నాడు కదా?'' అంటూ ఆత్రానికి పుట్టిన కథ మరో కథను వినిపించింది.

ఆత్రానికి పుట్టిన కథ మాటలు విన్న తర్వాత మిగిలిన అన్ని కథలకు అప్పటి వరకు తన తండ్రి మూడ్లీలా కనిపించిన సీనా ఇప్పుడు షావుకారులా కనిపించడం మొదలుపెట్టాడు. కథలన్నీ ఆశ్చర్యంతో చేతులు పిసుక్కుంటూ, ''అవునవును. మనకు ముందే ఇది ఎందుకు తట్టలేదు'' అనుకున్నాయి. ఈ తరహా వర్ణరంజిత అబద్ధపు కథలన్నీ గ్రామం మొత్తం తిరిగాయి. వాటిలో కొన్ని ఈరి చెవిలోనూ పడ్డాయి. ఆ తర్వాత సీనా చెవులను దాటి కూడా కొన్ని కథలు వెళ్లాయి. ఈరి దేనికీ స్పందించకపోవడంతో ఆ కథలు నోరు మూసుకున్నాయి. ఆ గ్రామ ప్రజలు తమకు తెలిసిన కథకు, మరికొన్ని అంశాలను చేర్చుకుని ఊహాజనిత కథలు చెప్పడం మొదలుపెట్టారు. మనుషులు అందరూ ఈ కథలను అడ్డుపెట్టుకుని మనోవాంఛల్ని తీర్చుకుంటున్నారు. రంగురంగుల ఈ కథలతో, గ్రామంలోని పురుషులు ఈరిని తమకు తోచిన విధంగా ఊహించుకున్నారు. నోటికి వచ్చినట్లు మాట్లాడుకున్నారు. వారి నాలుకలు, అంగాలు, నరాలల్లో ఈరి సంచరించి వారిని ఉద్రేకపరచింది.

ఈ కథల వర్ణన ప్రకారం షావుకారు చంద్రన్న భార్య హఠాత్తుగా వచ్చి మూడ్లితో పడుకోవలసి వచ్చింది. ఆమె కూతురు విమ్లి కూడా మూడ్లితో పడుకోవలసి వచ్చింది. మూడ్లి భార్య ఈరి కూడా చంద్రన్నతో రాత్రుళ్లు పక్క పంచుకోవలసి వచ్చింది. ఈ కథలు విన్నవారు మూడ్లి స్థానంలో తమను తాము ఊహించుకుని ఉద్రేకానికి గురయ్యేవారు. షావుకారు చంద్రన్న భార్య, కుమార్తెలతో పక్క పంచుకున్నప్పుడు మూడ్లి స్థానంలో తమను, ఈరితో షావుకారు చంద్రన్న పడుకున్నప్పుడు అతని స్థానంలో తమనే ఊహించుకునేవారు. ఈ

మగవాళ్లు తమ భార్యల మొహాలను మర్చిపోయారు. వారి మదిలో షావుకారు చంద్రన్న భార్య, ఈరి, విప్లీలే కనిపించేవారు.

ఊళ్లో మగవాళ్ల సంగతి ఇలా ఉంటే, 'ఈరికి ఇలా జరిగి ఉండకూడదు' అని ఇరుగుపొరుగు మహిళలు అనుకునేవారు. "షావుకారు చంద్రణ్ణతో ఈరి పడుకుంటే, ఆమెదేమైనా అరుగుతుందా? కరుగుతుందా? ఈ మగవాళ్లంతా ఇలా ఎందుకు మాట్లాడతారు? ఎవరికి ఇష్టం వచ్చినట్లు వాళ్లు ఉంటారు. పాపం ఆ విప్లి ఏమైందో? ఎక్కడికి వెళ్లిందో? ఆమె ఇంకా శరీరంలో ఊపిరి ఉందో లేదో?..." అని మాట్లాడుకునేవారు.

7

ఈ కథలన్నీ విన్న కథల పెద్ద నాయనమ్మ విసిగిపోయింది. "ఛీ... నను ఎటువంటి వాళ్లకు బాధ్యతలు అప్పగించాను. కల్లుతాగిన కోతికి కొబ్బరి చిప్పను ఇచ్చినట్లయింది. మొదటే మనుషులకు బుద్ధి లేదు. ఇది ఇలాగే కొనసాగితే మనం ఇబ్బంది పడతాం! దీనికి పరిష్కారం లేదా? ఆ 'కురుమల కొండే' మాకు దారి చూపించాలి" అని అనుకుని, తోలు సంచిని, నడుం దగ్గర దోపుకుని తన చేతిలోని ఊతకర్ర పట్టుకుని రచ్చబండపై వేదిక వరకు నడిచింది.

"చీకటి మార్గాలలో తరతరాలుగా కథలకు మూలపురుషునిగా ఉన్న కురుమల కొండ ఇప్పుడు దీనికి సాక్షి. ఏమయ్యా కథలకు అధిపతీ, కురుమల కొండా నీకేమైంది? ఇదేమన్నా బాగుందా? ఎందుకయ్యా నువ్వు ప్రజల కడుపులు రగిలిస్తున్నావు? గతంలో ఎంతటి అద్భుతమైన కథలను సృష్టించేదానివి. నేను ఇక్కడే పుట్టాను. నీ ఒడిలోనే ఆడుకున్నాను. ఆ ప్రేమ, మమకారం ఎక్కడికి పోయింది? ఊరిని రక్షించే నీలాంటి వాళ్లే ఊరి ప్రజలను చంపుతూ ఉంటే ఎవరికి మొర పెట్టుకోవాలి? నీ మనస్సుకు ఏమైంది. నిజమే కథలను సృష్టించేందుకు ఊపిరి లేదు. అలాగే సత్తువ లేదు. ఇక ఊహలూ లేవు. అలా అని మనం చెడు కథలు సృష్టించకూడదు. ఇప్పుడు చూస్తే ఆ గ్రామం చెడ్డ కథలతో నిండిపోయింది.

నిజమైన మంచి కథలు బలహీనంగా మారాయి. వాటివైపు ఒకసారి చూడు. వాటికి మేమే ఈ లోకంలో ప్రాణంగా ఉన్నాము. మీరు ఇలా మౌనంగా ఉంటే మేమేం చేయాలి? ఇన్నేళ్లూ మేము ఇలా తల వంచుకుని మీ దగ్గరకు రాలేదు. ఇప్పుడు మేము మిమ్మల్ని వేడుకోవలసిన సమయం వచ్చింది. మీరు వందల ఏళ్ల నుంచి ఎన్నెన్నో చూస్తూ వచ్చావు. నాకు గతంలో ఉన్న ఓపిక ఇప్పుడు లేదు. నేను

జీవన చరమాంకానికి చేరుకున్నాను. ఇప్పుడు మీరు మాత్రమే ఈ ప్రపంచాన్ని రక్షించే మార్గాన్ని చూపించగలరు...'' అంటూ కథల పెద్ద నాయనమ్మ మాటలు 'కురుమల కొండ' మనసుకు తాకాయి.

చివరకు కురుమల కొండ మాట్లాడింది. 'ఎలా ఉన్నావు బిడ్డా? నువ్వు ఇక్కడి నుంచి వెళ్లిన తర్వాత మళ్లీ చూడలేదు. ఇప్పుడు నన్ను చూసేందుకు వచ్చావా? ఈ ఊరు పుట్టక ముందు నుంచే నేను ఇక్కడే ఉన్నాను. నా చుట్టూ నివసించి, ఊపిరి పీల్చుకున్న మొక్కలు, చెట్లు, జంతువులు, పక్షులు, అవి ఎక్కడికి పోయాయి? వాటికి సత్తువ ఉంది. నాకే ఏమీ లేదు. ఒక్క బిడ్డ కూడా నువ్వు ఎలా ఉన్నావు అని అడిగిన పాపాన పోలేదు. దిక్కులేకుండా పడి ఉన్నాను. ఎక్కడకూ వెళ్లలేను. ఈ ప్రజలు వేసే వేషాలు చూసి అలసిపోయాను. వారిని చూస్తే విసుగు పుడుతోంది. వాళ్లకు నువ్వు ఇలా ఉండాలి అని చెప్పేవారు లేరు. నా జీవిత అనుభవాలను, భావాలను ఎవరికీ చెప్పుకోలేను. ప్రతి ఒక్కరూ తమకు తామే గొప్ప అనుకుంటారు. వీటిని అన్నింటినీ చూస్తూ ఉంటే, నా లాంటి పెద్ద వాళ్లు ఎందుకు బతికి ఉండాలి అనిపిస్తుంది. నా పక్కటెముకలు విరిచి పొడిపొడి చేసి పెట్టారు. కేవలం ముద్ది మాత్రమే కాదు. చాలా మంది ప్రాణాలు పోగొట్టుకుని, ఎముకల గూడుగా మారారు. ఈ క్వారీల్లోనే ఖననం అయ్యారు. వాటిలో వారి అస్థిపంజరాలే ఉన్నాయి. రోజూ నిద్ర లేవగానే ఏదో ఒక అనాచారాన్ని చూస్తాను. నేను శతాబ్దాలుగా ఇక్కడ నివసిస్తూ, ఊరిని కాపాడుతూ వచ్చాను. నిర్జీవంగా పడిన శవాలకు కాపలా కాయవలసి వస్తోంది. స్వచ్ఛమైన గాలి మరియు వర్షపాతం అందిస్తూ వచ్చిన నేను ఇప్పుడు శవాల కుప్పగా మారాను. నా ముందు పడిపోయిన వారు ప్రాణాలు కోల్పోయి, శూన్యంగా మారారు'' అని నిర్వేదంతో మాట్లాడింది.

''కేవలం పచ్చదనాన్ని మాత్రమే చూస్తూ వచ్చిన నేను ఇప్పుడు ఎర్రని రక్తాన్ని చూడాల్సి వస్తోంది. ఈ జీవితం చాలు అనిపిస్తోంది. ఈ జీవితంపై నాకు ఆశలు, కలలు లేవు. లెక్కలేనన్ని శవాలను చూస్తూనే నా జీవితం గడిచి పోవడం అబద్ధం కాదు. ఇంత జరిగినా ఎవరూ పట్టించుకోలేదు. ఇప్పుడు, చివరకు, మీరు నన్ను అడగడానికి వచ్చారు. ఈ గ్రామం ఒకప్పుడు ఎంత అందంగా ఉండేదో. ఇప్పదు పాడుబడిపోయింది. ఈ రక్తమాంసాలున్న మనుషులు మనల్ని ముక్కలుగా నరికి పారేస్తున్నారు'' అని కొంత ఊపిరి తీసుకుని, తనను తాను సమాధానపరుచుకుంటూ కురుమల కొండ మాటల్ని కొనసాగించింది.

"హూఁ.. ఇప్పుడు ఈ లోకం నిలిచి ఉండాలంటే ప్రజలు అందరూ కలిసి జీవించాలి. నేను, నాది అని స్వార్థంతో వ్యవహరిస్తే, ఈ ప్రపంచం ఉప్పులా మారి కరిగిపోతుంది. గాలి మొత్తం ఆవిరై ఎగిరిపోతుంది. నీరు నిలవకుండా ప్రవాహమై కనుమరుగవుతుంది. మన శ్వాస ఇకపై మనకు పోషణ కానీ, శక్తిని కానీ ఇవ్వవు. ఈ కాలం ప్రజలకు మనం చెప్పలేము. అందరూ తామే ఈ ప్రపంచాన్ని నిర్మించామని అన్నట్లు వ్యవహరిస్తుంటారు. ప్రపంచం అంతమయ్యే సమయం వస్తోంది. అందుకే వాళ్లిలా చేస్తున్నారు. మనం ఏమి చేయగలమో కూడా చూద్దాం. ప్రస్తుత పరిస్థితులతోనే మనం ముందుకు వెళ్లాలి. ఈ ప్రజల జీవితాలు ఎప్పుడు ముగుస్తాయో ఎవరికీ తెలియదు" అంటూ కురుముల కొండ బాధపడింది.

"ఇలాగే గడిచిపోతే మన జీవితాలు ఏమౌతాయి? మన జీవితాల సంగతి పక్కన పెడితే, మనుషుల జీవితాలకు ఏమవుతుంది? జరిగేది జరగకమానదు అని చూస్తూ ఉండడం మినహా ఏమీ చేలేమా" అంటూ కథల పెద్ద నాయనమ్మ బాధపడింది.

8

వేదనతో నిండిన కురుముల కొండ ఆ గ్రామానికి అడ్డు గోడగా నిలుస్తూ వచ్చింది. గాలికి, వర్షానికి బెదరకుండా కాపాడుతూ వచ్చింది. కురుముల కొండ గ్రామం మొత్తానికి జీవితంగా, ఆత్మగా నిలిచింది. అన్ని జీవితాలు కురుమల కొండ నీడలోకి వచ్చాయి. కాలానుగుణంగా వర్షం, గాలి, వెలుగు వచ్చేలా చేసింది. కురుమల కొండ అనుమతి లేకుండా మేఘాలు ఒక్క అడుగు కూడా ముందుకు వేసేవి కాదు. సూర్యుడు తన వెలుగును గ్రామంలోకి ప్రసరించాలంటే కురుమల కొండ అనుమతి తీసుకోవాలి. అందరికీ కావలసిన కురుమల కొండ ఇప్పుడు ఎవరికీ కానిదానిలా అయ్యింది. ఇప్పుడైతే ఇక్కడ ఏపుగా పెరిగి చెట్లను నరుక్కుని వెళ్లి, అంతస్తుపై అంతస్తును, పరిశ్రమలను కట్టుకుంటున్నారు. క్వారీ చేసి కురుమల కొండను కరిగిస్తున్నారు. రోజులు గడిచే కొద్దీ కురుముల కొండ కరిగిపోతూ, శక్తిని పూర్తిగా కోల్పోయింది.

కాలం గడిచిపోతూనే ఉంది. ఇప్పటికీ ఊరిని కాపాడాలని కురుమల కొండ తాపత్రయం పడుతూనే ఉంది. పేలుడు పదార్థాలతో రోజూ చేసే పేలుళ్లతో పగిలిపోతూ వస్తోంది. దాని పొట్టను చీల్చి అడుగు అడుగుకూ ముప్పై, నలభై అడుగుల గుంతలు తవ్వారు. అయినా కురుమల కొండ పోరాడుతూనే వస్తోంది.

మరోవైపు గ్రామంలోని కథలు మూడ్లి, ఈరి, షావుకారు చంద్రన్న, విమ్లి అందరినీ తింటూ ఆనందంగా జీవిస్తున్నాయి. కుల, మతాల మధ్య విభేధాలు తీసుకువచ్చాయి. సీనా తీరు మార్చుకోకుండా ఊరంతా తిరిగి వస్తున్నాడు. సరైన సమయం వస్తే సీనా బాగుపడతాడని ఈరి వేచి చూస్తూ ఉంది. ప్రేమ పేరిట తక్కువ కులాలకు చెందిన యువతులకు ప్రాణం లేకుండా ఈ కథలు చేస్తున్నాయి. మొబైల్ ఫోన్లలో ఆడపిల్లలు మూత్ర విసర్జన చేస్తున్న వీడియోలను రికార్డు చేసి ప్రసారం చేస్తున్నాయి. వీటి అన్నింటికీ కథలు కట్టి పండుగ చేసుకోవడంలో ప్రపంచం మొత్తం కూరుకుపోయింది. ప్రపంచంలోని మనుషులు అందరూ అలాంటి కథల కోసమే ఎదురు చూస్తున్నారు. ఆ కథలు కొత్త రూపాన్ని సంతరించుకుని చక్కర్లు కొడుతూ ఉన్నాయి. ఆ ఊరిలో రోజుకొక కథ పుడుతోంది అది మూడు కథలుగా, మూడు ముప్పై కథలుగా, అవి వందగా, వంద వేయిగా పెరిగిపోతూనే ఉన్నాయి. అబద్ధపు కథలు ఎక్కువై ఊరిలో తిరుగుతూనే ఉన్నాయి....

●

Ravikumar Neeha, winner of the first prize in the Katha Sankranti 2024 short story competition, is a lecturer by profession and a literary critic, research scholar and a native of Tumkur district. His recent publication `Arasu Kurangaraya' traces the history of a Dalit King who ruled a portion of Tumkur, which is very close to Bengaluru, the capital of the modern Karnataka state.

Ashok Pinnamaneni is a journalist and translator. He is known as 'Eenadu Ashok' in media circles. Ashok has translated five stories by different authors (**Ravi Kumar Neeha, ASG: Shashikumar, Prakash Kugwe, Salim Nadaf,** and **Praveen Kumar G**) for this Anthology.

2

పప్పుండలోయ్... పప్పుండల్

ఎస్ జి: శశికుమార్
అనువాదం: **అశోక్ పిన్నమనేని**

ఊళ్లో మగాళ్లందరూ తోటలు, పొలాలు శుభ్రం చేసుకుంటూ ఉంటే, ఆడవాళ్లందరూ వంటింట్లో తమ పనుల్లో మునిగితేలుతున్నారు. ఊరంతా నిశబ్దంగా ఉందని అనుకుంటున్న సమయంలోనే ఊళ్లో సందడి మొదలైంది. పిన్నీసులు, పాపిడి క్లిప్పులు, ఐస్క్యాండీ, వంట నూనె, ఆముదం, ప్లాస్టిక్ బిందెలు, జర్మన్ సిల్వర్ పాత్రలు విక్రయించేవారి కేకలతో, కాటిపాపలు, కాషాయం ధరించి బిక్ష కోసం వచ్చిన జంగమ స్వాములు, ఎలుగుబంటితో విన్యాసాలు చేయించేవారి అరుపులతో ఊళ్లో హడావిడి నెలకొంది. వస్తువులను అమ్ముకుని జీవనోపాధి కల్పించుకున్న వాళ్లు, పొట్టకూటి కోసం వచ్చిన వారంతా ఇళ్ల ముందుకు వచ్చి తమ వద్ద ఉన్న వస్తువులను చూపిస్తూ 'వీటిని కొంటారా అమ్మా, కొనండి అక్కా', 'తినడానికి ఒక ముద్ద పెట్టు తల్లీ, నా సంచిలో కాసిని నూకలు పోయండమ్మా' అంటూ తమదైన శైలిలో కేకలు పెడుతున్నారు. ఈ అరుపులన్నీ మూడో తరగతి చదువుతున్న బాబుకు ఒకరకమైన సంతోషాన్ని కలిగించాయి. ఇళ్ల వద్దకు వచ్చిన వారిని అనుసరిస్తూ కాస్త దూరం వెళడం, వాళ్లలాగే కేకలు

వేయడం, దానికి వాళ్లు ఏమైనా నొచ్చుకొని, గదిరితే పరుగెత్తుకుంటూ ఇంటికి రావడం అతని అలవాటు. అమ్మకన్నా ముందే తలుపు వెనుక గూడులో పెట్టిన చిక్కు వెంట్రుకలను ఇచ్చి, పిన్నీసులు, పాపిడి క్లిప్పులు తీసుకోవాలన్న ఆశ అతనికి ఎక్కువగా ఉండేది. కొన్ని సార్లు ఇంటి వద్దకు వచ్చిన వాళ్లకు చిక్కు వెంట్రుకలు ఇచ్చి, కావలసిన పిన్నీసులు తీసుకుని, తల్లి ఇంటికి వచ్చిన తర్వాత ఇచ్చేవాడు. 'పిల్లవాడి దగ్గర అంత జుట్టు తీసుకుని మూడంటే, మూడు పిన్నీసుల్ని ఇచ్చింది దరిద్రపు ఆడది' అంటూ ఆమె తిట్టేది. అమ్మతో వారిని తిట్టించకూడదు అనుకున్నప్పుడల్లా, తాను తక్కువ జుట్టు ఇచ్చి, ఎక్కువ పిన్నీసులు తీసుకున్నానని నిరూపించుకునేందుకు కొన్నిసార్లు ఇరుగు, పొరుగు ఇళ్లలో తలుపుల సందుల్లో ఉంచిన జుట్టును తీసుకునేందుకు ప్రయత్నించేవాడు. అలా చేసి, ఎక్కువ పిన్నీసులు తీసుకుని అమ్మకు ఇచ్చినప్పుడు బాబును ఆమె పొగిడేది. తండ్రి తక్కువ తాగడం, సీసాలు తక్కువగా రావడంతో, తాగుబోతుల ఇళ్లకు వెళ్లి వాళ్లను అడిగో, అడగకుండానో సీసాలు తీసుకుని వాటిని అమ్ముకుని పుల్లయిసు తినేవాడు. జాతరకు వెళ్లినప్పుడు కావలసినవి కొనుక్కునేందుకు, మేకల్ని కాసేందుకు వెళ్లినప్పుడు అక్కడ గానుగ కాయల్ని ఏరుకుని వచ్చి, వాటిని ఎండలో ఆరబెట్టి, నూనె అమ్మడానికి వచ్చే వారికి సేరు లెక్కన విక్రయించి, వచ్చిన ఐదో, పది రూపాయలతో జాతరలో కావలసినవి కొనుక్కుని ఆనందించేవాడు.

అయితే వీరందరి దగ్గర అతను వ్యాపార సంబంధాలనే పెట్టుకున్న బాబుకు, ఆ తరహాలో వ్యాపారం చేయడం రాని ఒక స్నేహితుడు కూడా ఉన్నాడు. అతను ఇతని కన్నా ముప్పై ఐదు, నలభై ఏళ్లు పెద్దవాడు. ఎత్తు విషయానికి వస్తే, ఇతని కన్నా కాస్త పొడువు ఉండేవాడు అంతే. బాబు చూసిన మొదటి సాయిబు ఇతనే అనుకుంటా. ఊళ్లో వారంతా అతన్ని ముల్లాసాయిబు అని పిలిచేవారు. అతని పూర్తి పేరు మహ్మద్ బషీర్. పూర్తి పేరుతో పిలవడం కష్టం కావడంతో బాబు అతన్ని బషీర్ అన్నా అని పిలిచేవాడు.

తలపై టోపీ, దానికి ఒక కుచ్చు పెట్టుకుని, తన ఎత్తుకన్నా, కాస్త తక్కువ ఎత్తుండే బుట్టతో, జుబ్బా వేసుకుని, గాలికి రెపరెపలాడే చప్పుడు చేసే లూజు ప్యాంటు వేసుకుని ఊళ్లోకి వచ్చువాడు. వస్తూరు 'పప్పుండలోయ్... పప్పుండ' అంటూ రాగంతో కూడిన దీర్ఘం తీస్తూ చివరిలో 'మిఠాయి' అనేవాడు. అతని మాట విన్న వెంటనే ఊరంతా అలర్ట్ అయినట్లు, బాబు కూడా ఎక్కడ ఉన్నా,

అందరినీ తప్పించుకుంటూ ఇతని వద్దకు వచ్చి నిలబడేవాడు. ఆ రోజుల్లో ఇంట్లో ఒక రూపాయి ఇచ్చేందుకు తమ ఆస్తి మొత్తం పోయిందన్నట్లు భావించే రోజుల్లో, బషీర్ అన్న ఐదు, పది రూపాయల కన్నా తక్కువకు మిఠాయి ఇస్తాడో లేదో అనుకునే వారు. బాబుతో పాటు ఊరిలో ఉన్న పిల్లలు ఇతని వద్ద మిఠాయి కొనుక్కోవడం కలగా మిగిలిపోతుందని అనుకునేవారు. ఊళ్లో వారు ఎవరెవరో మిఠాయి కొనుక్కుంటున్నప్పుడు, నోట్లో నీరూరి, సొల్లు కార్చుకుంటూ చూస్తూ ఉండేవారు. అలా కొనుక్కున్న వాళ్లలో తెలిసిన వాళ్లు ఇచ్చిన మిఠాయి ముక్కో లేదా బషీర్ అన్న ఊరంతా తిరిగి తన మిఠాయి విక్రయించుకున్న తర్వాత డబ్బాలో మిగిలిన మిఠాయి పొడి ఇచ్చినప్పుడు మాత్రమే బాబు ఇతని మిఠాయి రుచి చూసేవాడు. ఏమైనా చేసి మిఠాయి పొడి పెట్టించుకునేందుకు, అతని వెనుకే ఊరంతా తిరుగుతూ ఉండేవాడు.

తనను అనుసరిస్తూ వస్తున్న ఇతన్ని బషీర్ అన్న మొదటి నుంచీ గమనిస్తూ వచ్చినా, ఇతని వీధికి, అనంతరం వాళ్ల ఇంటి వరకు వచ్చిన తర్వాత ఇతన్ని ఇప్పుడే చూసినట్లు, అందరినీ మాట్లాడించినట్లే, "ఏంటి అయ్యగారూ? ఇక్కడేనా మీ ఇల్లు?" అని పలకరించాడు. అది విని 'ఊఁ' అంటూ తన ఇంటిని వేలు పెట్టి చూపించాడు. ఉఫ్ అంటూ తన బుట్టను ఇంటి అరుగుపైకి దించి, "వెళ్లి ఒక లోటా నీరు తీసుకురాయ్యా" అన్నాడు. ఇతని బుట్టను చూసే ఆశతో బాబు ఇంట్లోకి వెళ్లకుండా అక్కడి నుంచే "అమ్మా బషీర్ అన్నకు నీళ్లంట, ఇవ్వు" అని కేక వేశాడు. అలా కేక వేస్తూనే, వేలికి ఉన్న గోరును కొరుక్కుంటూ, బుట్ట వద్దకు వెళ్లి, దానిపై ఉన్న బట్టను పైకెత్తి, దాని కింద ఉన్న మిఠాయిని కళ్లప్పగించి చూశాడు. అంతలోనే అతని తల్లి నీరు తీసుకువచ్చి, తన ఎడమ చేతితో తన వీపుపై కొట్టినా పట్టించుకోకుండా బషీర్ అన్న నీరు తాగడాన్ని చూస్తూ నిలబడ్డాడు.

బషీర్ అన్న నీరు తాగిన తర్వాత 'నీ పేరేంటి' అని అడిగితే, 'బాబు' అని బదులిచ్చాడు. 'అదేంటి, నీకు మావాళ్ల పేరు పెట్టారు?' అంటూ బాబు వాళ్ల అమ్మను అడిగితే, "అయ్యో, వాడి పేరు శశికుమార్. మాకు వీడు పుట్టినప్పుడు అందరూ బాబూ, బాబూ అని పిలుస్తూ ఉంటే, అదే అలావాటై, ఆ పేరే ఉండిపోయింది. మేమేం చేస్తాం అని అలా వదిలేశాం" అని చెప్పింది. బాబు వైపు తిరిగిన బషీర్ అన్న 'నాతో వస్తావా, మా ఇంటికి తీసుకువెళతా' అంటూ తమాషాకు అడిగాడు. బాబు నవ్వుకుంటూనే 'లేదు' అన్నట్లు తలాడించాడు.

ఇలాగే బాబుకు, బషీర్ అన్నకు మధ్య మెల్లగా స్నేహం ప్రారంభమైంది. అప్పటి నుంచి బషీర్ వచ్చే రోజుల్లో స్కూలుకు వెళ్లినప్పుడు మినహా, మిగిలిన ప్రతి సమయంలో అతను ఎక్కడ ఉంటే, అక్కడకు పరుగెత్తుకుని వెళ్లేవాడు. అతను వ్యాపారం చేస్తూనే, బాబుతో కలిసి ఊరంతా తిరిగేవాడు. ఇద్దరి మధ్య వయస్సులో అంతరం ఉన్నప్పటికీ, అదేమీ లేనట్లు మాట్లాడుకుంటూ తిరిగేవారు.

బాబు స్కూలు విడిచి పెట్టాక, సరదాగా బషీర్ వెంట నడుచుకుని వెళితే, తన ఊరికి సంబంధించిన ఒక కథ చెబుతూ తీసుకెళ్లేవాడు. పరిచయం బాగా పెరిగిన తర్వాత, మిఠాయి వ్యాపారం జరిగినా, జరగకపోయినా, బాబుకు తప్పకుండా మిఠాయి పొడి మాత్రం తప్పకుండా దొరికేది. బషీర్ వెంట బాబు తిరగడం చూసిన ఊరి జనం అతన్ని ఆటపట్టించేవారు. 'వాడికి బాబు అని సరైన పేరే పెట్టారు. వాడిని ప్యాంటు లోపల దూర్చుకుని తిరుగు' అంటూ బషీర్‌ను ఆటపట్టించేవాళ్లు. అలా ఎవరైనా అన్నప్పుడు బషీర్‌ను బాబు వేర్వేరు ప్రశ్నలు అడిగేవాడు. 'నేను ఆ పేరు పెట్టుకుంటే తప్పేమిటి? ఈ పేరు కేవలం సాయిబులకు మాత్రమే పెట్టుకుంటారా?' అని తరచితరచి అడిగేవాడు. బషీర్ నవ్వుకుని ఏమీ బదులివ్వ కుండా, అతను బాధ పడకుండా, మాట మార్చి వేరే విషయాలు చెప్పేవాడు.

బాబు శరీరం ఉష్ణ తత్వాన్ని కలిగి ఉండడంతో అప్పుడప్పుడు ముక్కులో నుంచి రక్తం కారేది. అతనన్ని వేర్వరు ఆసుపత్రులకు తీసుకువెళ్లి చికిత్స చేయించి, ఔషధాలు ఇచ్చినప్పటికీ, మళ్లీ వేసవి కాలం వచ్చిందంటే, మళ్లీ సమస్య తిరగబెట్టేంది. ఈ సమయంలో బాబు తల్లికి ఎవరు చెప్పారో తెలియదు కానీ, 'సాయిబుల పేరు పెట్టి పంది మాంసం తింటే ఇంకే అవుతుంది. అందుకే అతని ముక్కు నుంచి రక్తం కారుతుంది' అని చెప్పారు. ఆ మాటను విశ్వసించిన అతని తల్లి, తనతో బాబును వంట గదిలోకి తీసుకువెళ్లేది.

తాము చేసుకుని తినే పంది మాంసాన్ని విడిచి పెట్టమని కుమారుడికి చెప్పేది. 'ఎట్టి పరిస్థితుల్లో ఇకపై ఆ మాంసాన్ని తినకూడదు. నీ పేరు ఉన్నోళ్లకు దాన్ని తినకూడదంట' అని అనునయంగా చెప్పేది. అన్నింటికీ ప్రశ్నలు అడిగే స్వభావాన్ని కలిగిన బాబు, 'నా పేరుకు ఏమైందమ్మా' అని అడిగేవాడు. అందుకు అతని అమ్మ 'సాయిబుల పేరు కదా అది. శివునికి పూజ చేసినట్లు పందికి పూజ చేస్తారంట. అందుకే నువ్వు కూడా తినొద్దు' అని చెప్పేది. అలా చెబుతూనే తనతో పాటు ఎక్కడైనా మాంసాహార భోజనానికి తీసుకువెళితే, అక్కడేమైనా పంది

మాంసం ఉంటే ఇతను తినకుండా, ముట్టుకోకుండా ఉండేలా చూసేది. ఇలా ఉన్న సమయంలో రెండు ట్రాక్టర్లు, జేసీబీ అన్నింటిని పెట్టుకున్న ధరణ్య అన్న తన తమ్ముడి పెళ్లి తర్వాత బంధువులకు చికెన్, మటన్‌తో పాటు పంది మాంసం కూడా పెట్టించాడు.

ఆ రోజు ఆదివారం. స్నేహితులతో కలిసి గోలీలు ఆడుకుంటూ, అలాగే వారితో కలిసి విందు భోజనానికి వచ్చాడు. భోజనాల బంతిలో తమ ఇంటి వాళ్లు ఎవరూ కనిపించకపోవడంతో పంది మాంసాన్ని వడ్డించే వరుసలో కూర్చున్నాడు. కడుపునిండా తిని, ఇంటికి వచ్చి పడుకున్నాడు.

గోధూళి వేళ నిద్ర లేపిన అతని తల్లి, దేవుని ముందు దీపం వెలిగించేందుకు లైటు వేసినప్పుడు కాకతాళీయం అన్నట్లు బాబు ముక్కులో నుంచి రక్తం వచ్చింది. మొదట అతన్ని పైకి ఎత్తుకుని, తలపై నీరు పోసి తడుతూ, బాధతో ఒక్కర్తే గొణుక్కుంటూ, బయటకు వచ్చి అంట్లు కడుక్కుంటూ కూర్చున్న సమయంలో ఏదో గుర్తుకు వచ్చి మళ్లీ ఇంట్లోకి వచ్చింది.

తల పైకెత్తుకుని లైటును చూస్తూ పడుకున్న బాబు పక్కకు వచ్చి, 'పంది మాంసం తిన్నావేంట్రా?' అని అడిగింది. వెంటనే లేదు అని చెప్పి ఉంటే నమ్మి ఉండేదేమో. కానీ కొంత సమయం తీసుకుని లేదని చెప్పడంతో ఆమెకు కోపం వచ్చింది. అతను పంది మాంసం తినడంతోనే ఇలా జరిగిందని కోపం వచ్చింది. కోపాన్ని తట్టుకోలేక వంట గదిలో ఒక పక్కగా ఉంచినా వంట చెరకు కట్టెపుల్లను తీసుకుని అది విరిగిపోయే వరకు బాబును కొట్టింది. 'ఇకపై తినను అమ్మా. తప్పయింది, విడిచి పెట్టు' అని వేడుకున్న తర్వాత, 'చిలక్కి చెప్పినట్లు ఎన్నిసార్లు చెప్పాను. రుచి లేక నీ నోరు అంత చెడిపోయిందా? నీ నోరు పడిపోను' అని తిట్టింది. బాబు ఏడుస్తూ ఇంటి బయటకు వెళ్లిన తర్వాత, ఈమె కూడా అక్కడే కూర్చుని ఏడ్చింది.

ఈ ఘటన జరిగిన తదుపరి వారం బషీర్ రాగానే, అతని వద్దకు వెళ్లి "మీరు పంది మాంసం ఎందుకు తినరు బషీర్ అన్నా" అని అడిగాడు. చిన్న పిల్లవాడికి అర్థం అయ్యేలా ఎలా చెప్పాలో బషీర్‌కు అర్థం కాలేదు. "మీ దేవుడికి నైవేద్యంగా మాంసాహారాన్ని పెడితే ఎలా ఇష్టం కాదో, మా దేవునికి కూడా పంది మాంసం అంటే ఇష్టం కాదు" అని చెప్పి అప్పటికి బాబు నోరు మూయించాడు.

బషీర్ చెప్పిన మాట అంగీకరించేలా లేకపోయినా, మరోసారి ఆ విషయాన్ని అడగకుండా మౌనంగా ఉండిపోయాడు. అమ్మ కొట్టిన దెబ్బలతో బాబు పంది మాంసం తినడం మానేశాడు.

ఒక రోజు బషీర్‌తో మాట్లాడుతూ ఊళ్లోకి నడుచుని వెళుతున్నప్పుడు, గుడి ముందు కూర్చున్న నలుగురైదుగురు పోకిరీలు అతన్ని పిలిచారు. వ్యాపారానికి పిలిచారని భావించిన బషీర్ వాళ్ల వద్దకు వెళ్లి తన బుట్టను గుడి మెట్లపై దించి "ఏమి ఇవ్వమంటారు అయ్యా" అంటూ నవ్వు మొహంతో అడిగాడు. దానికి అక్కడే ఉన్న ఒక కుర్రోడు, "అదంతా ఆ తర్వాత ఇద్దువులే. నీది ఎంత పొడుగుందో ముందు చెప్పు" అంటూ నవ్వడం మొదలుపెట్టాడు.

ఇక అక్కడే ఉండడం మంచిది కాదని అర్థం చేసుకున్న బషీర్ బుట్టను పైకి ఎత్తేందుకు వెళ్లినప్పుడు, దాన్ని గట్టిగా పట్టుకున్న కుర్రోళ్లు, "చెప్పండి సాయిబు గారూ. మీ వాళ్లది అసలే కురచగా ఉంటుందంట. నిన్ను చూస్తే పొట్టిగా ఉన్నావు. ఇప్పుడు నీది ఎంత పొడవు ఉంటుందని డౌటు వస్తుంది. నువ్వే చెప్పు. సాక్ష్యానికి బయటకు తీసి చూపించు అని అడగములే" అన్నప్పుడు బషీర్ అన్నకు కొంచెం కోపం వచ్చింది. "వయసుకు తగిన మాట్లాడండి అబ్బాయిలూ. అదేంటి అలా అడుగుతావు. బుట్టను వదిలి పెట్టు. నేను వెళతాను" అంటూ బుట్టను లాక్కొని అక్కడి నుంచి ముందుకు కదిలాడు.

బషీర్ అన్న మొహం వాడిపోయింది. అక్కడ జరిగిన విషయం బాబుకు పూర్తిగా అర్థం కాకపోయినా, అక్కడ ఉన్న కుర్రోళ్లు, అతనితో తప్పుగా ప్రవర్తించారని మాత్రం అర్థమైంది. ఏం జరిగిందని బషీర్ అన్నా అని అడగకుండానే బాబు అతన్ని అనుసరించుకుంటూ వెనుకే అడుగులు వేశాడు.

ఆ రోజు అరకొరగా వ్యాపారం జరిగింది. ఈ రోజుకు ఇంక చాలు అని బషీర్ అనుకున్నాడు. గ్రామ కంఠం వద్ద ఉన్న వంతెన కట్టపై కూర్చున్నాడు. బాబు కూడా అతని పక్కనే కూర్చున్నాడు. బషీర్ అన్న ఏమైనా మాట్లాడతాడని వేచి చూశాడు. "నా వయసుకు తగినట్లు నేను కూడా పొడవుగా, చక్కని సౌష్ఠవాన్ని కలిగి ఉంటే, ఆ నా కొడుకులు అలా మాట్లాడి ఉంటారా? అలా మాట్లాడితే నేను ఊరుకుని ఉండేవాడినా? నన్ను ఇలా ఎందుకు పుట్టించావు అల్లాహ్" అని బషీర్ తన మనసులో అనుకున్నాడు. తన దుఃఖాన్ని బయటకు కనిపించనీయకుండా, లోపలే వేదన పడుతూ, బాబు వైపు తిరిగి, బుట్టలో చేతిని పెట్టి, పొడవైన మిఠాయి ముక్క బయటకు తీసి, బాబు చేతిలో పెట్టి తీసుకో అని చెప్పాడు.

పప్పు చెక్క మిఠాయి కోసం ప్రతిసారీ బషీర్ అన్న వెంట తిరుగుతూ ఉండే బాబుకు ఆ రోజు ఎందుకో అది కావాలని అనిపించలేదు. వద్దు అంటూ తల అడ్డంగా ఊపి అక్కడి నుంచి లేచి ఏమ మాట్లాడకుండా ఇంటి వైపు అడుగులు వేశాడు. బషీర్‌కు కూడా అతన్ని మరోసారి పిలిచేందుకు ఇష్టం కాలేదు. తలపై బుట్టను పెట్టుకుని ఊరు దాటేంత వరకు అణుచుకుంటూ వచ్చిన కన్నీటిని, ఊరు దాటి బస్టాండ్‌కు చేరుకునేంత వరకు ఏడుస్తూనే వెళ్లాడు.

★

ఆ తర్వాత కొన్ని రోజులు బషీర్ అన్న ఈ ఊరికి రాలేదు. ఈ రోజు వస్తాడు, రేపు వస్తాడు అనుకుంటూ బాబు వేచి చూస్తూ వచ్చాడు. పదిహేను, ఇరవై రోజులైనా అతను రాకపోవడంతో 'ఈ నాకొడుకులు ఆ రోజు అలా చేయడంతోనే ఇతను ఊళ్లోకి రావడం లేదు' అని వాళ్లను తిట్టుకుంటూ తిరిగాడు.

ఒక రోజు బాబు తన పిన్నమ్మ వాళ్ల ఊరికి వెళ్లాడు. అక్కడ తన ఈడు వాళ్లతో కలిసి గోలీలు ఆడుకుంటున్న సమయంలో గత ఇరవై రోజుల నుంచి నుంచి వినని ''పప్పుండలోయ్... పప్పుండ.. మిఠాయి'' అనే కేక చెవిన పడింది. బాబు ముఖంపై సంతోషం తాండవించగా, అక్కడ ఉన్న మిగిలిన పిల్లల మొహంపై భయం కనిపించింది. వారంతా తమ గోలీలు తీసుకుని అక్కడి నుంచి పారిపోయారు. వారిని చూస్తూ 'వీళ్లంతా ఇలా ఎందుకు పరుగు పెడుతున్నారు' అని బాబు అనుకున్నాడు. చాలా రోజుల తర్వాత బషీర్ అన్నను చూస్తున్నాను అన్న సంతోషంలో ఆ విషయాన్ని అంతగా పట్టించుకోలేదు. బషీర్‌కు కూడా అక్కడ ఇతన్ని చూసి చాలా సంతోషించాడు.

ఇద్దరూ ఊరి మధ్యలో ఉన్న రచ్చబండపై కూర్చుని ప్రపంచంలో జరిగే అన్ని విషయాలను మాట్లాడుకుంటున్నట్లు గంటల కొద్దీ మాట్లాడుకుంటూ కూర్చున్నారు. ఆ ఊళ్లో చిన్నపిల్లలు మాత్రం వీళ్ల వద్దకు రాకుండా, మరో వైపు ఉన్న వీధికి వెళ్లి ఆడుకున్నారు. ఆ రోజు బషీర్ అన్న ఇతనికి ఒక పొడవైన మిఠాయి ముక్కను బుట్ట నుంచి తీసి ఇస్తున్నప్పుడు బాబుకు తీసుకోవాలని అనిపించలేదు. రచ్చకట్టపై నుంచి లేచి నిలబడి ''నాకు వద్దు. మా ఊరికి రా. అప్పుడు తీసుకుంటా'' అంటూ అక్కడి నుంచి ఆడుకునేందుకు పిల్లల వద్దకు వెళ్లాడు.

అక్కడ ఉన్న పిల్లలు అందరికీ ఇతను బషీర్‌తో బాబు ఇంత సన్నిహితంగా ఎలా ఉన్నాడనే విషయం అర్థం కాక ఆలోచనల్లో పడ్డారు. వీళ్లతో కలిసి గోలీలు

ఆడేందుకు వచ్చిన బాబు "ఏం(టా బషీర్ అన్నను చూసి, అలా భయపడ్డారు" అని అడిగితే "అరే, అతను పిల్లలకు మిఠాయి ఇస్తూ, స్నేహం పెంచుకుని, అలాగే వాళ్లను తనతో వారి ఊరికి తీసుకువెళతాడంట" అని చెప్పారు.

బాబుకు అలా ఎప్పుడూ అనిపంచలేదు. "అవన్నీ అబద్ధపు మాటలు" అంటూ వారితో కలిసి ఆడడం మొదలుపెట్టాడు. అలా అన్నప్పటికీ అక్కడి పిల్లలు ఆ విషయాన్ని విడిచి పెట్టకుండా "నీకు తెలియదు. మా ఊళ్లో చాలా మంది పిల్లల్ని ఎత్తుకు వెళ్లాడంట" అని పెద్ద స్వరంతో ఒకడు చెబుతున్నంతలోనే ఇంకో అబ్బాయి "నువ్వు అతని దగ్గర మిఠాయి తీసుకోకుండా చాలా మంది పని చేశావు. అతని బుట్టలో అమ్మడానికి కొంత, పిల్లలకు తినిపించి, తనతో తీసుకువెళ్లేందుకు మరికొంత మిఠాయి పెట్టుకుంటాడంట. ఔషధం కలిపిన మిఠాయి అతని దగ్గర తీసుకుని తింటే, అతను చెప్పినట్లే మనం వినేలా చేస్తుంది" అని చెబితే కొంచెం కూడా నమ్మలేదు.

మొండితనంతో నమ్మాలా వద్దా అనే గందరగోళానికి గురయ్యాడు. ఎందుకో వాళ్లతో కలిసి ఆడడం కొనసాగించాలని అనిపించక, పిన్నమ్మ వాళ్ల ఇంటికి వెళ్లి నిద్రపోయాడు.

★

ఇది జరిగిన ఒక వారానికో, పదిహేనవ రోజో బషీర్ అన్న తమ ఊరికి వచ్చినప్పుడు బాబు ఇంటి ఆవరణలో ఒకవైపు ఆడుకుంటూ ఉన్నాడు. బషీర్ అన్న కేకలు వినిపించిన తర్వాత, అతన్ని మాట్లాడించేందుకు భయపడి, మెల్లగా ఇంట్లోకి వెళ్లిపోయాడు. బషీర్ కూడా ఊరంతా తిరిగి మిఠాయి అమ్ముకునేంత వరకు బాబు కనిపించకపోవడంతో, ఏదైనా ఊరికి వెళ్లి ఉంటాడని భావించాడు. అదే సమయానికి బాబు తన గందరగోళం నుంచి కాస్త బయటపడి తేరుకున్నాడు. ఉండబట్టలేక బషీర్ అన్న కేకలు వినిపించిన వైపు పరుగు పెట్టాడు. అతన్ని చూసి బషీర్ అన్న సంతోషించాడు.

ఎప్పుడూ ఊరంతా తిరిగి, ఆ తర్వాత ఓ పక్కన కూర్చుని మాట్లాడుకున్నట్లే ఈసారి కూడా మాట్లాడుకున్నారు. బషీర్ అన్న తన బుట్ట నుంచి ఒక మిఠాయి ముక్క బయటకు తీసి ఆశగా 'తీసుకో' అంటూ బాబు చేతికి ఇవ్వబోయాడు. అదే సమయంలో తన పిన్నమ్మ వాళ్ల ఊళ్లో పిల్లలు చెప్పిన మాటలు జ్ఞాపకానికి వచ్చాయి. చుట్టుపక్కల ఎవరూ కనిపించకపోవడంతో, మిఠాయి తినేందుకు ఒక్క

క్షణం ఆలోచించాడు. ''నువ్వు సగం తింటావా'' అని అడిగాడు. ''నాకు తినడానికి ఇక్కడే ఉంది కదా? నాకు కావలసినప్పుడల్లా తింటాను. నువ్వు తిను'' అని బషీర్ అన్న అన్నాడు. అతను అలా చెప్పినప్పుడు బాబుకు మళ్లీ చింత మొదలైంది.

అతని వద్ద నుంచి మిఠాయి తీసుకోకుండా ఆలోచిస్తూనే, ''నువ్వు చిన్నపిల్లల్ని దొంగిలించుకుని వెళతావంట కదా? నిజమేనా'' అని అడిగేశాడు. బషీర్ అన్న నవ్వుతూ, ''అయ్యో ఆ మాటలు నిజమని నమ్ముతున్నావా? చిన్నపిల్లలు మారాం చేసినప్పుడు, వాళ్లను భయపెట్టేందుకు వాళ్ల ఇళ్లలో అలా చెబుతారు. నేను పిల్లల్ని ఎందుకు దొంగిలించాలి'' అని చెప్పినా, బాబు ఆ మాటల్ని నమ్మలేదు. ''అయితే నువ్వు ఇందులో సగం తిను'' అని బాబు అంటే, ''నా మీద నమ్మకం లేదా? తిను'' అని బషీర్ అన్నాడు. చివరకు బషీర్‌కు బేజారై, తన చేతిలో ఉన్న మిఠాయిని బుట్టలో ఉంచుకుని పైకి లేచి ముందుకు అడుగులు వేశాడు.

తాను చాలా అతి చేశానని బాబుకు అనిపించి కేక వేసి పిలుచుకుంటూ అతని వెనుకే పరుగు పెట్టాడు. మరో వైపు బషీర్ కూడా పట్టు పట్టినట్లు ఇతని వైపు చూడకుండా వెళుతున్నప్పుడు, ఊళ్లో కుర్రాళ్లు ఇతని బుట్టలో చేయి పెట్టి, 50, 100 గ్రాముల తూకం రాళ్లను తీసుకున్నారు. దీన్ని చూసిన బాబు వెంటనే బషీర్ అన్న జుబ్బా పట్టుకుని వెనక్కు లాగుతూ, కుర్రోళ్లు చేసిన పని చెప్పాడు. బషీర్ అన్న వెనక్కు తిరిగి చూసేలోగా ఆ కుర్రోళ్లు వ్యంగ్యంగా నవ్వుతూ ఆటపట్టించారు. బుట్టను తలపై పెట్టుకుని వాళ్ల వెనుకే పరుగెత్తుకు వెళ్లి వాళ్లకు అడ్డుగా నిలబడ్డాడు. బాబు కూడా అతని వెనుకే పరుగు పెట్టుకుంటూ వచ్చాడు. బుట్టను అక్కడే పక్కన ఉన్న కట్టపై పెట్టి, వాళ్ల చేతిలో నుంచి తన తూకం రాళ్లను తీసుకునేందుకు ప్రయత్నించాడు. అవి అతనికి అందకుండా కుర్రోళ్లు తమ చేతుల్ని పైకెత్తి అతన్ని ఆటాడించడం మొదలుపెట్టారు. బషీర్ అన్న దాన్ని కాస్త తమాషాగా తీసుకుని, నవ్వుతూనే వాళ్ల చేతి నుంచి తూకం రాళ్లను తీసుకునేందుకు ప్రయత్నించాడు. వాటిని వాళ్లు ఇచ్చేలా కనిపించకపోవడంతో గదరడం మొదలుపెట్టాడు. ఆ కుర్రోళ్లు అతని మాటల్ని పట్టించుకోకుండా, అతన్ని ఆడించడం కొనసాగించారు.

కొంత సమయం అయ్యాక ఆ కుర్రవాళ్లు కట్టపై కూర్చుకుని 'ఇవ్వము. వెళ్లు' అని బషీర్ అన్నకు గట్టిగా చెప్పారు. ఏం చేయాలో తోచని బషీర్ అన్న కూడా వాళ్లు కూర్చున్న కట్టపైనే కూర్చున్నాడు. వాళ్లు చేస్తున్న పని చూస్తున్న బాబుకు కోపం

వచ్చి, మనసులోనే వాళ్లను తిట్టుకున్నాడు. బషీర్ అన్నవైపు బాధగా చూస్తూ నిలబడ్డాడు. ఆ కుర్రోళ్లు ఒకరితో మరొకరు మాట్లాడుకుని, "మిఠాయి ఇవ్వు. తూకం రాళ్లు ఇస్తాం" అన్నారు. 'మిఠాయి పోతే పోయింది. తూకం రాళ్లు తీసుకుని వెళితే చాలు' అనుకుంటూ, నలుగురు కుర్రోళ్లకు తలా ఒక ముక్క చొప్పున నాలుగు ముక్కలు మిఠాయి తీసి వాళ్లకు ఇవ్వడానికి దగ్గరకు వెళ్లాడు. దాన్ని చూసిన ఆ కుర్రోళ్లు నవ్వుకుంటూ, పైకి లేని బుట్ట దగ్గరకు వచ్చి ఒక్కొక్కరు నాలుగైదు మిఠాయి ముక్కలను తీసుకుని, తమ వద్ద ఉన్న తూకం రాళ్లను ఆ బుట్టలో పడేసి వెళ్లారు.

బషీర్ అన్ననే చూస్తూ బాబు నిలబడ్డాడు. ఆ కుర్రోళ్లు చేసిన పనికి చాలా బాధపడిన బషీర్ అన్న బాబును మాట్లాడించకుండా అక్కడి నుంచి కోపంతో వెళ్లిపోయాడు. ఏం చేయాలే బాబుకు తోచలేదు. అతని వెనుకే పెద్ద అంగలు వేసుకుంటూ బస్టాండ్ వరకు వెళ్లాడు. అక్కడకు వెళ్లినా బషీర్ అన్నకు ఇతన్ని మాట్లాడించాలని అనిపించలేదు. కొంత సమయం తర్వాత వచ్చిన బస్సు ఎక్కి బషీర్ అన్న వెళ్లిపోయిన తర్వాత బాబు తన ఊరి వైపు అడుగులు వేశాడు.

★

బషీర్‌కు ఆ ఈ కుర్రాళ్ళు చేసిన గొడవ మనసు నుంచి తొలగిపోలేదు. ఆలోచించే కొద్దీ కోపం ఎక్కువైంది. ఇంటికి చేరుకున్న తర్వాత కూడా బాధ ఎక్కువైంది. ఇంటి నుంచి బయటకు వచ్చి చెరువు ఒడ్డుకు వచ్చి కూర్చున్నాడు. నీటితో సగం నిండిన చెరువును చూస్తూ 'ఇకపై ఆ ఊళ్లోకి అడుగు పెట్టకూడదు' అని మనసులో అనుకున్నాడు. ఆ తర్వాత బాబు వాళ్ల ఊళ్లోకి వెళ్లడం మానేశాడు. మరో వైపు బషీర్ అన్న ఈ రోజు వస్తాడు, రేపు వస్తాడని అనుకుంటూ బాబు వేచి చూసినా, అతను రాలేదు. వేసవి సెలవలు పూర్తయి, బడి మళ్లీ మొదలైన తర్వాత, భోజనాల వేళ బయటకు వచ్చి బషీర్ అన్న రావచ్చు అనుకుంటూ ఎక్కడికీ కదలకుండా కాసేపు కూర్చుని వెళ్లేవాడు. ఎప్పుడూ సంతకు తీసుకువెళ్లని నాన్న తనకు ఎక్సర్‌సైసు పుస్తకం, కలం, జామెట్రీ బాక్సు కొనిచ్చేందుకు తనతో తీసుకువెళ్లినప్పుడు కూడా బషీర్ అన్న కనిపిస్తాడని సంత మొత్తం తిరిగి వెతికాడు.

బడికి వెళడం మొదలు పెట్టి రోజులు గడిచిపోయాయి. తనతో ఉండే పిల్లలతో ఆడుకుంటూ, చదువుకుంటూ కాలం వెళ్లదీసిన బాబుకు ఆ నలుగురు

కుర్రోళ్లు కంటికి కనిపిస్తే, వాళ్లపైపు గుర్రుగా చూసుకుంటూ, వాళ్లు ఉన్న చోట నిలబడకుండా వెళ్లిపేవాడు. ఆ సమయానికి బషీర్ అన్న జ్ఞాపకాలు కాస్త మరుగున పడిపోవడంతో కోపం, బాధ కాస్త తగ్గాయి. మరో వైపు బషీర్ అన్న తన భార్య వద్ద బాబు గురించి మాట్లాడని రోజంటూ లేదని చెప్పవచ్చు. బాబును చూడాలని అనిపించినా, వాళ్ల ఊళ్లోని కుర్రోళ్లు చేసిన పని తలపుకు వచ్చి మనసు మార్చుకునేవాడు. కొన్నిసార్లు వాళ్ల ఊరికి వెళదాం అనిపించినా, చివరి క్షణంలో మనసు మార్చుకుని, ఆగిపోయేవాడు.

★

ఒక రోజు బడిలో కూర్చుని పాఠం వింటున్న బాబు చెవులకు 'పప్పుండలోయ్, పప్పుండ మిఠాయి' అనే కేక చెవిన పడింది. బడిలో బెంచ్‌పై కూర్చునేందుకు ఇష్టం కాలేదు. 'వెంటనే లేచి బషీర్ అన్న వద్దకు వెళ్దాం' అనుకున్నప్పటికీ మేస్టారు వచ్చి కొడతారన్న భయంతో తన ఆశను మనసులోనే అదుముకుని బెంచీపైనే కూర్చున్నాడు. బషీర్ అన్న వేసే కేకల శబ్దం తక్కువ అవుతున్నప్పుడు, అతను ఊళ్లోకి వెళ్లాడని అర్థం చేసుకుని లేచి నిలబడ్డాడు. అతన్ని చూసిన మాస్టారు 'ఏంట్రా' అని అడిగినప్పుడు, ''ఒకటికి వెళ్లాలి సార్. అర్జెంటు'' అన్నాడు. 'సరే, వెళ్లు' అని మాస్టారు చెప్పే వరకు ఆగకుండా బటయటకు పరుగు పెట్టుకుంటూ వచ్చి, బషీర్ అన్నను చేరుకునేంత వరకు ఆగలేదు. గంభీరంగా ఉన్న బాబును చూసి బషీర్ అన్న మొహంపై నవ్వు వచ్చింది. ఇద్దరూ నవ్వుకుంటూ మాట్లాడుకుంటూ బాబు ఇంటి వైపు వచ్చారు.

అమ్మ దగ్గరకు వెళ్లి, ''బషీర్ అన్న వచ్చాడు'' చెప్పి, ఒక గ్లాస్ టీ చేయించి, తీసుకువచ్చి ఇచ్చాడు. ఇద్దరూ పక్కనే కూర్చుని కాసేపు మాటలు చెప్పుకున్నారు. టీ తాగిన తర్వాత బాబుతో కలిసే బషీర్ అన్న కూడా ఊళ్లోకి వెళ్లాడు.

ఆ రోజు బాబును మాట్లాడించకుండా తన ఊరికి వెళ్లిపోవడంతోనే మళ్లీ బషీర్ అన్నను ఈ ఊరికి వచ్చేలా చేసింది. బాబు వాళ్ల ఇంటి నుంచి వెనక్కు తిరిగి వెళ్లకుండా మళ్లీ ఊళ్లోకి వెళుతున్న సమయంలో ఆ నలుగురు పోకిరీలు రచ్చకట్టపై కూర్చుని కనిపించారు.

బషీర్ అన్నను చూస్తూనే ''ఏ ముల్లా సాయిబూ, ఏంటీ మా ఊరికి వచ్చావు. ఇలా రారా'' అని పిలిచారు. వీళ్లతో నాకు ఎందుకు గొడవ అనుకుని, బషీర్ అన్న

పెద్ద అంగలు వేయడం మొదలుపెట్టాడు. బాబు కూడా బెదిరిపోయి, అతని వెనుకే పరుగు పెట్టాడు.

భయంతోనే అడుగులు వేస్తున్న బషీర్ అన్నకు అదేమని అనిపించిందో, ధైర్యంగా వెనక్కు తిరిగి "నా వయసేంటీ, మ వయసేంటి. సరిగ్గా మాట్లాడితే మాట్లాడండి" అంటూనే వేగాన్ని తగ్గించి సాధారణంగా నడవడం మొదలుపెట్టాడు. బాబుకు కూడా అతని ధైర్యం ఇష్టమైంది. మరో అడుగు ముందుకు వేసేలోగా ఆ కుర్రాళ్లలో ఒకడు ముందుకు వచ్చి ఇతని లూజు ప్యాంటును కిందకు లాగాడు. బషీర్ అన్నకు శరీరం కంపించినట్లు అయ్యింది. తలపై ఉన్న బుట్టను కిందకు పెట్టి, ప్యాంటును మళ్లీ పైకి లాక్కొని, ఆ సమయానికి నోటికి వచ్చిన ఒకటి రెండు బూతుల్ని ఉర్దూలో తిట్టాడు. ఆ బూతులు బాబుకు అర్థం కాలేదు. ఆ కుర్రవాళ్లకు కూడా అర్థం కాలేదు. కానీ తమను తిట్టాడని వాళ్లకు అర్థమైందని కోపంతో ఎర్రబడిన వాళ్ల మొహాలు చూస్తే అర్థమైంది.

వాళ్లలో ఒకడు, "అర్థం కాని భాషలో ఏం తిడతావు. అర్థం అయ్యేలా తిట్టు చూద్దాం" అంటూ రెచ్చగొట్టేలా మాట్లాడాడు. "మళ్లీ అడిగితే, అలాగే చెయ్యండి. ఊళ్లో రచ్చబండపై కూర్చుని, వచ్చి వెళ్లేవాళ్లను కెలకవద్దు" అంటూ బషీర్ అన్న కొంత అనునయంగానే చెప్పాడు.

దానికి ఆ గుంపులో ఉన్న ఒకడు "నీ అయ్య సాయిబూ. నీ భాషలో ఇదేనా నువ్వు చెప్పింది. లండు, గిండు అంటూ తిట్టావు కదా? అదే మాటను మరో సారి చెబితే, నీ ధైర్యాన్ని చూస్తాను" అంటూ బషీర్ అన్న తలపై తన చేతితో ఒక దెబ్బ కొట్టాడు.

అప్పటి వరకు కాస్త సహనంతో ఉన్న బషీర్ అన్నకు ఠక్కున కోపం వచ్చింది. "మీకు ఎవరికీ పని ఉన్నట్లు లేదు. వెళ్లి చావండి. నన్ను ఎందుకు ఇలా వేధిస్తున్నారు" అని అడిగాడు.

అంతలోనే చుట్టుపక్కల ఇళ్లలో నుంచి ఆడవాళ్లు బయటకు వచ్చి గొడవ చూస్తూ, మాట్లాడుకుంటున్నప్పటికీ, ముందుకు వచ్చి వారి గొడవను నిలిపేందుకు ధైర్యం చెయ్యలేదు. గుడి ముందు ఇంటి యజమాని మాలింగణ్ణ అటు వెళుతూ ఈ గొడవను చూశాడు. "వాడిని పట్టుకుని ఎందుకురా వేధిస్తాడు. వదిలి పెట్టి పంపించడ్రా" అంటూ ఆ కుర్రోళ్లకు చెబితే, అతన్ని వీళ్లు గదిరి పంపించారు.

ఈ గొడవ పెద్దదైంది. మాటకు మాట పెరిగింది. గుంపులో ఉన్న ఒక కుర్రోడు ''అమ్మ, అక్క'' అంటూ బషీర్ అన్నను తిడుతూ దగ్గరకు వచ్చి చెంప చెళ్లుమనిపించాడు. ఆ దెబ్బకు కళ్లు తిరిగినట్లు అనిపించి బషీర్ అన్న కింద పడిపోయాడు. ఆ కుర్రోడు పప్పుండ మిఠాయిలు ఉన్న బుట్టను తీసుకుని, ''ఎవరిని తీసుకువచ్చి, ఈ బుట్టను తీసుకుని వెళతావో చూస్తాను. మా ఊరికి వచ్చి, మా దగ్గరే నువ్వు కొవ్వు చూపిస్తావా'' అంటూ, తన ఇంట్లోకి వెళ్లి, తలుపు వేసుకుని కూర్చున్నాడు. అతనితో ఉన్న మిగిలిన ముగ్గురు కుర్రోళ్లు, ఇతన్ని తిట్టుకుంటూ అక్కడి నుంచి వెళ్లారు. వారంతా వెళ్లిన తర్వాత బషీర్ అన్నను కింద నుంచి పైకి లేపి బాబు కూర్చోబెట్టాడు. అదే సమయానికి ఒక మహిళ నీళ్లు తెచ్చి ఇచ్చింది.

నీరు తాగిన తర్వాత కోలుకున్న బషీర్ అన్నకు మళ్లీ వాళ్ల వద్దకు వెళ్లి కేకలు వేసి, గొడవ పెట్టుకునే శక్తి లేకుండా పోయింది. ఆ కుర్రోడి ఇంటి తలుపు వద్దకు వెళ్లాడు. కాసేపు తలుపు కొట్టి, ''నాదే తప్పయింది అయ్యా. ఆ బుట్ట వెనక్కు ఇచ్చేయి'' అంటూ కన్నీరు పెట్టుకుని బతిమిలాడుతూ అడిగాడు. ఎంత సమయం అయినా ఆ కుర్రోడు తలుపు తీయలేదు. ఇదంతా చూస్తున్న బాబుకు ఏం చేయాలో తోచలేదు. అలా అని అతన్ని వదిలిపెట్టాలి అని కూడా అనిపించలేదు. పరుగుపెట్టి ఇంటికి చేరుకున్నాడు. పొలానికో, బయటకో వెళ్లి అప్పుడే ఇంటికి చేరుకున్న తన తండ్రిని పీడించి, ఆ కుర్రోడి ఇంటి వరకు తీసుకువచ్చాడు. ''బుట్ట లాక్కొని ఇంట్లోకి చేరుకున్న అతన్ని కొట్టు'' అని తండ్రిని అడిగాడు.

బాబు వాళ్ల నాన్న బషీర్ అన్న ముఖం చూశాడు. అతనికీ అయ్యో పాపం అనిపించింది. పెద్దగా అరుస్తూ తలుపు తడుతూ, ఆ కుర్రాడ్ని పిలిచాడు. అతను కిటికీ వరకు వచ్చి, ''ఇదంతా నీకెందుకు నాగరాజ్ అన్నా. మా గొడవను మేము తేల్చుకుంటాం'' అన్నాడు. దాంతో బాబు వాళ్ల నాన్నకు కోపం ఎక్కువైంది. ''నీ అయ్య, తలుపు తీయరా. ఊళ్లో జనాల వద్ద మాట్లాడినట్లు, నా దగ్గర మాట్లాడవద్దు. తలుపు తీయకపోతే గండసిలో పోలీసు స్టేషన్‌కు వెళతాను. పోలీసుల్ని తీసుకువచ్చి చర్మం వలిపిస్తా'' అంటూ కేకలు వేశాడు. ఆ కుర్రోడు తలుపు తీసి, బషీర్ అన్న బుట్టను ఇంటి బయట ఉన్న అరుగుపై పెట్టాడు.

ఏడుస్తూనే కూర్చున్న బషీర్ అన్న తన బుట్ట బయటకు రాగానే, ఎవరి వద్ద మాట్లాడకుండా, బుట్టను తీసుకుని తలపై పెట్టుకుని అక్కడి నుంచి వెళ్లిపోయాడు.

తన తండ్రి అక్కడే ఉండడంతో బాబు కూడా బషీర్ అన్న వెనుక వెళ్లకుండా, భయంతో చూస్తూ నిలబడ్డాడు. ఆ రోజు బషీర్ అన్నను వెనుక నుంచి చూడడమే చివరిసారి.

ఇది జరిగి ఇరవై ఏళ్లు గడిచాయి. అప్పటి వరకు అతన్ని చూడడం కుదరలేదు. ఎక్కడ ఉన్నా, ఎవరైనా వ్యాపారం చేసేవాళ్లు కేకలు వేసినా బషీర్ అన్న గుర్తుకు వచ్చి కన్నీరు పెట్టుకునేవాడు. అతని మొహం గుర్తుకు వచ్చినప్పుడల్లా, మనసు లోపలే బషీర్ అన్న కేక వేసినట్లు, 'పప్పుండలోయ్... పప్పుండ మిఠాయ్' అంటూ అతనికి అతనే చెప్పుకునేవాడు.

●

ASG: Shashikumar, who has won second prize in the short story competition, is a younger generation writer. Has recently published a short story collection, `Byate Mara'. ASG is actively engaged in the Kannada film industry. He belongs to the Hassan district.

3

గోల్‌గుంబజ్ ఎక్స్‌ప్రెస్ - 16536

భాగ్యజ్యోతి గుడగేరి

అనువాదం: **రంగనాథ రామచంద్ర**

'బెంగుళూరుకు బయలుదేరవలసిన షోలాపూర్ నుండి మైసూర్‌కు వెళ్లే గోల్‌గుంబజ్ రైలు ఇంకొద్ది సేపట్లో ప్లాట్‌ఫారమ్ ఒకటికి చేరుకోబోతోంది' అని అనౌన్స్‌మెంట్ వినిపించింది. విచిత్రమైన ఒత్తిడి, బాధ. ఎందుకిలా? ఎక్కడున్నా అతను మనస్సును నియంత్రిస్తాడుకదా అని మండిపడ్డాను. విపరీతమైన తలనొప్పి. వ్యర్థమైన వ్యాకులత పడకూడదని అనుకుంటూ టికెట్ కౌంటర్‌లో రిజర్వేషన్ ఫారం తీసుకున్నాను. దాన్ని పూరించడానికి నాకు పెన్ను దొరకలేదు. నా పక్కన నాలాగా ఫారం నింపిన దాదాపు పది పన్నెండేళ్ళ కుర్రాడు ''అక్కా తీసుకోండి'' అంటూ పెన్ను ఇచ్చాడు. ఫారం నింపి, టికెట్ తీసుకుని ఎప్పటి కంటే అరగంట ఆలస్యంగా రాబోతున్న రైలు కోసం బీజాపూర్ స్టేషన్ ప్లాట్‌ఫారం చెక్క బెంచీ మీద నిశ్శబ్దంగా కూర్చున్నాను. ప్లాట్‌ఫామ్ ప్రయాణికులతో కిటకిటలాడుతోంది. చిన్న చిన్న విషయాలలో మునిగిపోయిన జనం. కొందరు ఫోన్‌లో గుసగుసలాడు తుంటే, మరికొందరు గొంతు పెంచి వదురుతున్నారు. నీలాకాశంలో నెమ్మదిగా చెదరిపోతున్న మేఘాలు.

రైలు దూరంలోని సిగ్నల్ దాటి గుండెను వణికించే కర్కశ ధ్వనితో ఆగింది. జనంలో కొందరు ఎక్కుతున్నారు, కొందరు దిగుతున్నారు. నేను బోగీలోకి ఎక్కి, కిటికీ వైపు తలతిప్పి, ఊచలకు తలానించి కళ్ళు మూసుకుని గడ్డకట్టిన వేదనను తలుచుకుంటూ కూర్చున్నాను. వేడిగాలి ధూళి కణాలు ముఖానికి తాకుతున్నాయి. ప్రయాణికులతో కిక్కిరిసిన రైలు కొద్దిక్షణాల్లో బయలుదేరింది. సాయంత్రం ఆకాశపు ఒంటికి ఎర్రపు రంగు ఆవరించసాగింది.

★

భారతీయ విద్యాభవన్‌లో సినిమా సాహిత్యంపై తన థీసిస్‌ను సమర్పించేందుకు బెంగళూరు వెళ్లినప్పుడు, 'క్లిక్ క్లిక్' మని కనురెప్పపాటులో అందరి ఫోటోలను శాశ్వతమైన సాక్షి అన్నట్టు, గిరజాల జుట్టుతో, సాధారణమైన శరీర నిర్మాణంతో, చెంపలనిండా గడ్డంతో, జీన్స్ ప్యాంట్‌మీద నల్లటి టీ-షర్ట్ ధరించిన యువకుడు కెమెరాలో బంధిస్తున్నాడు.

అతను నవ్వుతూ–

''ఎవరికైనా ఫోటో కావాలంటే ఇది నా నంబర్. మీకు ఏ ఫోటో కావాలో ఎంచుకుని చెప్పండి. మీకు చేర్చే బాధ్యత నాదే. మర్చిపోకుండా గూగుల్ లేదా ఫోన్‌పే చేయాలని రిక్వెస్ట్ చేస్తున్నాను'' అని చెప్పి అదృశ్యమయ్యాడు.

అతనే అరుణ్. నేను మళ్ళీ అతన్ని కలిసింది మల్లేశ్వరంలోని కృష్ణ భవన్‌లో నాలుగు రోజుల తర్వాత. నేను అదే రోజున హుబ్లీకి బయలుదేరడానికి ఆనందరావు సర్కిల్‌నుండి బస్సు టికెట్ బుక్ చేసాను. మరో రెండు రోజులు ఉండమని స్నేహితురాలు అశ్విని బలవంతం చేసింది.

''ఇంట్లో అమ్మా నాన్నలకు రెండు రోజుల్లో వస్తానని చెప్పి వచ్చాను. నాలుగు రోజులు అయ్యింది. కంగారు పడతారు. ఇంకెప్పుడైనా వీలు చేసుకుని వస్తాన్లే అశ్వి'' అని నచ్చజెప్పాను.

''అలాగేలే. నువ్వు ఇక్కడిదాకా వచ్చావు, రా, మంత్రిమాల్‌కి వెళ్లి షాపింగ్ చేసి, బయటే భోజనం చేసి ఇంటికి వెళదాం'' అని షాపింగ్ ముగించి భోజనానికి వచ్చినపుడు, ఈ అరుణ్ మళ్ళీ పలకరిస్తూ కలిశాడు.

''ఏమండి, మీకు ఫోటో వద్దా?'' అన్నాడు.

''అలా ఏమీ లేదు. కావాలి''

''మరి ఎందుకు మీ నంబర్ రాసి వెళ్ళలేదు. ఫోటో కూడా సెలెక్ట్ చేయలేదు''

"ఉండనీలేండి. మీకు బాగున్నాయని అనిపించిన రెండు మూడు ఫోటోలు మీరే పంపండి" అంటుండగా భోజనం వచ్చింది.

"ఓకే యూ క్యారీ ఆన్. ఎలాగూ మీ నంబర్ ఇచ్చారుకదా. పంపుతాను. అన్నట్టు మీ పేరేమి?"

"వాణి"

"ఓకే బై వాణిగారూ"

టేబుళ్ళ దగ్గర భోంచేయటంలో నిమగ్నమై ఉన్నవారిని దాటుకుంటూ కనుమరుగయ్యాడు. ఇలామొదలైన అరుణ్‌పరిచయం, స్నేహంగా మారడానికి ఎంతో కాలం పట్టలేదు.

★

తన ఉత్సాహవంతమైన మాటలతో పిచ్చెక్కించే అరుణ్‌పూర్వాపరాలు ఇప్పటికీ నాకు సరిగ్గా తెలియదు. బుద్ధిని కమ్మివేసే అతని జ్ఞాపకం. అతని చనువుకు ఒక్కోసారి భయం వేసేది. నాకు సంబంధించిన నాలుగైదు ఫోటోలను ఒకే ఫ్రేమ్‌లో ఉంచి, నా పుట్టినరోజుకు బహుమతిగా ఇచ్చి, దాంతోపాటు 'లవ్ యూ వాణి' అని రాసిన గ్రీటింగ్‌కార్డ్ ఇచ్చాడు. ఒకసారి ఆనందం, మరోసారి భయం. ఇలాంటి ఆకర్షణకు లొంగిపోకూడదనే జాగ్రత్త. లోలోపల అతని పట్ల ఆకర్షణ ఉన్నా ఒప్పుకోవటానికి సాధ్యం కాలేదు.

నియంత్రణ తప్పి అతనిపై నమ్మకం పెరుగుతోంది. అతను ఎలాగో నా గురించి అంతా తెలుసుకున్నాడు. "అందర్నీ ఒప్పించి పెళ్లి చేసుకుందాం" అని నాలో ఆశ పుట్టించాడు. ఫోటో ఫ్రేమ్‌లోని నా స్వంత ఫోటోలులు నా లోని మార్పును గమనించినట్లు అనిపించింది.

★

హుబ్లీ-ధార్వాడ్‌లోని కొన్ని కాలేజీలలో లెక్చరర్ పోస్ట్‌కోసం నేను అప్పటికే దరఖాస్తు పెట్టాను. బెంగళూరు నుంచి తిరిగొచ్చిన వారం రోజులకు ఒక కాలేజీవారు వచ్చి జాయిన్ కావాలని సూచించారు. ఇంట్లో అమ్మా నాన్నలకు సంతోషం. డిప్లొమా చదువుతున్న తమ్ముడు వినయ్-

"నేను పాకెట్‌మనీ ఇవ్వాలి. కానీ ఇంట్లో ఏమీ చెప్పకూడదు" అని అభ్యర్థించాడు.

''గాలి దర్గమ్మకు జంట కొబ్బరికాయలు కొట్టించుకుని రా'' అని అమ్మ ఆజ్ఞాపించింది.

''ఉద్యోగం సక్రమంగా చెయ్యి. ఎవ్వరూ వేలు పెట్టి చూపించనట్లుగా ప్రవర్తించు'' అన్నది నాన్న మంచి మాట. నాన్న కన్నడ స్కూలు మాస్టారు. తన వీపుకు అంటుకున్న పేదరికంతో ఉమ్మడి కుటుంబం కాడిని మోసుకున్నా, ఎన్నడూ దాన్ని భారంగా కనిపించనీయకుండా బతికాడు. అలాంటి కన్నడ ఉపాధ్యాయుడైన నాన్న ఇంతకంటే మంచిమాటలు ఏమి చెప్పగలడు? అనుగుణ్యత, మంచితనం, స్వీయ నియంత్రణ వంటి విషయాలను వదిలేసి? కుటుంబ శ్రేయస్సు కోసం శ్రమపడిన ఆయన లోపల నలిగిపోయాడు. నాకు దొరికిన ఉద్యోగం మా ఇంటికి పెద్ద ఆసరా కాకపోయినా వేరుశనగ–పుట్నాలు–బెల్లం ఖర్చులకైనా ఉపయోగపడుతుందికదా! అప్పోసొప్పో చేసి అందరినీ ఒడ్డుకు చేర్చిన నాన్న, అప్పుడప్పుడు ''చూడండి... పిల్లలకి పెద్దగా ఏమీ చేయడానికి కాలేదు.

ప్రాణం ఉసూరుమంటోంది'' అని అమ్మతో అంటున్న మాటలు సదా నా తలలో తిరుగుతుండేవి.''

★

నా జీవితం, కుటుంబంలోని జరిగిన కొన్ని సంఘటనలు, నాలో తలెత్తిన ప్రశ్నలు గందరగోళానికి గురిచేశాయి. గతకాలం గుసగుసలాడుతున్నప్పుడు, ఎవరో నా ముంజేతిని పట్టుకుని గట్టిగా లాగినట్లు అనిపించింది.

''అక్కా పెన్ను''

''సారీ నాన్నా. తీసుకో. తొందరలో మరిచిపోయాను'' అంటూ వ్యానిటీ బ్యాగ్ జిప్ తీసి, పెన్నును తీసి ఆ కుర్రవాడి చొక్కా జేబులో పెట్టాను. పేరేమిటి? అని అడగాలనుకున్నంతలో ఆ కుర్రవాడు పక్కనే ఉన్న సింగిల్‌సీట్ మీద కూర్చుని పరపరమని శబ్దం చేస్తూ చిప్స్ బ్యాగ్ చింపి ఒక్క గుక్కలో అన్నట్లు గబగబా తిని, ముగించి గడగడమని నీళ్ళు తాగాడు. ఈ లోకంలోని మనుషులకూ తనకూ సంబంధం లేదన్నట్లుగా మైమరిచాడు. చుట్టూ చూశాను. వాడి కోసం ఎవరూ రాలేదు, నేను మరీ ఆసక్తి పెంచుకోలేదు. బాగేవాడిలో మరింత మంది ఎక్కారు. కుర్రవాడు ఇంకేదో తినటంలో నిమగ్నమయ్యాడు. కొత్త జీవితపు సంకల్పాన్ని త్రుంచివేసి అరుణ్ క్రూరత్వం జ్ఞప్తికి వచ్చి దుఃఖించసాగాను. చప్పున లేచి ముఖం

కడుక్కోవడానికి సింక్ దగ్గరకు నడిచాను. సింక్‌లోని నీరు సన్నటి ధారగా వస్తోంది. పక్క బోగిలో ఉన్న స్త్రీలు గుండ్రంగా కూర్చుని బిగ్గరగా నవ్వుతున్నారు. ఉరుములాంటి మాటలు. టాయ్‌లెట్ మురికి వాసన. ఇంకేమిటి, తదుపరి స్టేషన్ వస్తోంది. ఆలమట్టి. కృష్ణానదిని చూడ్డానికి కొందరు తలుపుల దగ్గర కాళ్ళు కిందికి దిగవిడిచి కూర్చున్నారు.

కొద్ది దూరంలో కూర్చునివున్న, కట్టుకున్న చీర, కుంకుమ, చెవిదుద్దులతో ఆకర్షణీయంగా కనిపిస్తున్న, మరాఠీ మాట్లాడే వయసు మీరిన ఆడమనిషి జాకెట్‌లోంచి పర్స్‌తీసి, చిల్లర వెతుకుతోంది. ఆమెతోపాటు మధ్యవయస్సులో ఉన్న ఇద్దరు మగవాళ్ళు ఉన్నారు. ఆమె పిల్లలు కావచ్చు.

వాళ్ళలో ఒకడు– ''రేపు పిండప్రదానకార్యం ముగించుకుని తొందరగా వెళదాం. బంధువులు, పరిచయస్థులు అని అందరినీ చేర్చి జాతర చేయకు'' అని వాళ్లలో ఒకడు గదమాయించాడు. ముసలిది కళ్ళు మూసుకుని గొణుగుతోంది. మాటలు కొనసాగిస్తూ–

''చెప్పి చెప్పి చాలైంది. ఇల్లు సత్యనాశనం అయినా బుద్ధి రాలేదు'' బోగిలో ఉన్న మా అందరికీ వినిపించేలా అరవసాగాడు. ''మీ పుట్టింటివాళ్ళు ముసలివాళ్ళయినా కొంపలు కూల్చే పనిచేస్తారు. ఇంకా మొత్తుకుని చస్తున్నావు'' మాటలతోనే వాళ్ళిద్దరూ ముసలిదాన్ని బాధపెడుతున్నారు. ముసలిదానికి ఏమి కనిపిస్తుందో పదేపదే చేతులు పొడుగ్గా చాపి నమస్కరించి, నుదుటికి, ఎదకు, చేతులను ఒత్తుకుంటోంది. దూరంగా డ్యామ్‌కనిపిస్తోంది. అలమట్టి స్టేషన్‌లో ఎక్కువ మంది దిగలేదు. బోగీ ఎక్కిన ఒక దృఢమైన మగవాడు నా ఎదుటి సీట్లో కూర్చున్నాడు.

''లోపలికి రమ్మనండి. మీ అమ్మగారు ఇంకా ఎందుకు నిలబడ్డారు?'' అని అడిగాను.

''ఇంకా ఏమి మిగిలిందో? ఏ పురుషార్థానికి మొక్కుకుందో తెలియదు. కృష్ణానదిలో చిల్లర కాసు విసరడానికి నిలబడిరది'' అని ఆమె కొడుకు అసహనంతో అన్నాడు.

పొడవైన వంతెనమీద రైలు నెమ్మదిగా కదులుతోంది. కింద కృష్ణానది ప్రవహిస్తోంది. ప్రజలు తమ కోరికలు నెరవేరాలని మొక్కుకుని కృష్ణనదికి చేతులు జోడిరచి నమస్కరించి నాణేలను ఆమె ఒడిలోకి విసురుతున్నారు. మరాఠీ వృద్ధురాలు కూడా నమస్కరించింది. నాణేన్ని విసిరింది. నేను బ్యాగు నుంచి

ఒకట్రెండు నాణేలు తీసి కృష్ణకు అర్పించాను. ఏ మొక్కు? ఎవరికి? ఏ కార్యానికి? ముసలిదాని కళ్ళు నీళ్ళతో నిండాయి. కింద కృష్ణ నిశ్శబ్దంగా ప్రవహిస్తోంది. రైలు వేగం పెరిగింది. ప్రతి ఒక్కరూ తమ తమ వ్యవహారాల్లో మునిగివున్నారు, నా కళ్ళు అన్నిటిని, అందరినీ సూక్ష్మంగా అవలోకించాయి. ఎదుటివ్యక్తి చెవుల్లో ఇయర్ ఫోన్స్ పెట్టుకుని మొబైల్ ఫోన్‌లో మునిగాడు. కుర్రవాడి వైపు ఎవరూ లేరు. ముసలిది మౌనంగా ఉంది. ఆమె ముఖంపై ఉన్న గీతలు చేతి గీతల కంటే నిశ్చలంగా ఉన్నాయి. కళ్ళు రేఖ చిత్రాన్ని గీసినట్టుగా ఉన్నాయి. మెడలో పగడాల దండ ఉంది. బొసినోరు వాగుతున్నప్పుడు ఉమ్మి ఎగిరి ఎదురుగా ఉన్న వారిపై చిట్లుతోంది. ఆమెతోపాటు ఉన్నవాళ్ల నోళ్ళు మూతపడ్డాయి. సోలాపూర్‌లో ఎక్కినవారు బాగల్‌కోట్‌లో దిగారు.

రైలు పదినిమిషాలు ఆలస్యంగా బయలుదేరుతుందని ప్రయాణికుల దృష్టికి అనౌన్స్‌మెంట్ తెలియజేస్తోంది. కుర్రవాడు దిగి ఇడ్లీ తిని జ్యూస్ తాగి ఖాళీగా ఉన్న ముందరి ఖాళీ పట్టాల మీద ఉచ్చపోసి రైలు ఎక్కాడు. ఏమీ తినాలని అనిపించక పోయినా నేను కిందికి దిగి బిందుజీరా తీసుకున్నాను. ఎదురుగ్గా కూర్చున్న వ్యక్తి నీళ్ళబాటిల్ కొనుక్కొని స్కాన్ చేశాడు. డబ్బులు సెండ్‌కాలేదు. దాన్ని గమనించి ''ఏదైనా ప్రాబ్లమా'' అని అడిగాను. నేను తల ఊపాను. ''పర్వాలేదు, నేను చెల్లిస్తాను, రైలు బయలుదేరుతుంది'', నేను అతని మాటలను అనుసరించాను. వేగం పెంచుతూ రైలు బయలుదేరింది.

''థ్యాంక్స్ అండి''

''హే, ఇట్స్ ఓకే''

''నేను మీకు చేంజ్ ఇస్తాను''

''నో ప్రాబ్లమ్. మీరు హుబ్లీకా?''

నేను మెడ తిప్పి, ''బెంగుళూరు'' అని, ''మీరు?'' అని అడిగాను.

అతను పళ్ళు బిగించి, ''నేను కూడా'' అనటంలో అతను మలయాళీ అని తెలిసింది.

''మాదీ హుబ్లీనే. ఒక ప్రోగ్రాం ఉండటంతో బీజాపూర్ వచ్చాను. అర్జెంట్ పని పడిరది. సో, బెంగళూరుకు బయలుదేరాను''

''నేనూ బెంగళూరుకే వెళుతున్నాను. నాది ప్రాపర్ కేరళ, జాయ్‌ల్యుకాస్‌లో ఉద్యోగం. నేను కర్ణాటకలోని వేరు వేరు ప్రాంతాలలో ఉద్యోగం చేశాను. మీ

హుబ్లీలోనూ టెన్‌మండ్స్‌లో చేశాను. ఇప్పుడు ఫ్యామిలీ అంతా బెంగళూరులోనే ఉంది. నేను అక్కడే వేరు వేరు బ్రాంచ్‌లలో వర్క్‌చేస్తున్నాను. ఇప్పుడు ఏయిర్‌పోర్ట్ రోడ్, కమ్మనహల్లి బ్రాంచ్, సారీ రుంబ మాతు, నా పేరు అఖిలన్ కరచాలనం చేయడానికి వచ్చాడు. నేను 'ఆం వాణి' అంటూ కరచాలనం చేశాను. 'ఇక్కడ ఫ్రెండ్, పెళ్లి, లవ్ కమ్ ఎరేంజ్డ్ మ్యారేజ్' అన్నాను.

★

మనసు కలవరపడసాగింది. అరుణ్ బూటకపు మాటల పొగలు మళ్ళీ దాడి చేయసాగాయి. ఆ మాటలన్నీ అబద్ధాలు. పెళ్లి మాటలు ప్రస్తావించి, దానికి వ్యతిరేకంగా ప్రవర్తిస్తున్నాడుకదా? ఏది నిజం? ప్రేమ పూర్వకమైన దేవుడి మీద చేసిన ప్రమాణాలు అబద్ధమా? అది ప్రేమ కాదా? నేనే దివ్యమైన ప్రేమ అనే భ్రమలో ఉన్నాను. ఇప్పుడు ప్రేమపుష్పం వాడిపోయింది. దాని మకరందం విషపూరితమైంది. అక్కడ కామాగ్నే ముఖ్యమైందా? అనురాగపు గోడలు కూలిపోసాగాయి.

★

ఒకవైపు నా ప్రేమ తీవ్రత గాఢమవుతూ పోయినట్టల్లా అరుణ్ అంతరంగ రహస్యాలు బయటపడసాగాయి. అతని గదికి వెళ్ళినప్పుడు ఒకసారి అనుకోకుండా రకరకాల ఫోటోలు చూశాను. మొబైల్‌లోని వాయిస్ రికార్డులు విన్నాను. వాట్సాప్‌చాటింగ్‌లు అతని ద్వంద్వ జీవితాన్ని బయటపెట్టాయి. అరుణ్ వికృత ప్రవృత్తిని పరిచయం చేశాయి. నాకు లోకంలో అతనే సర్వస్వమైతే, అతని ప్రపంచంలో నేను ఒక్కదాన్ని మాత్రమే. ఫోటోలాగే మాయచేసి క్రయవిక్రయాల సరకయ్యాను. అతని స్వరం కర్కశం కాసాగింది. అతని మాటలు నీటిబుడగల్లా చిట్లిపోసాగాయి. కాళ్లు చేతులు పట్టుకుని అతను అడిగే క్షమాపణ కూడా నాటకంలోని ఒక దృశ్యంలా కనిపించసాగింది విధేయత నటించడం, రాక్షసుడిగా ఎగరడం కూడా అతని ట్రైనింగ్‌లోని భాగమైనప్పుడు, నేను ఒక వ్యూహంలో చిక్కుకున్నట్లు నిరంతరం బాధపడసాగాను. ఒక సారి కన్నీరు పెడుతూ క్షమించమనే దైన్యత, మరొకసారి చితకబాదే భౌతిక దాడి. లేదు, ఇది నా జీవితం కాదు. ఇటువంటి చక్రపు సుడిలో బతికే జీవితానికి అర్థమేమిటి? ఇలాంటి ఘర్షణలో గడిపిన రాత్రింబవళ్లను లెక్కించడమూ మరిచి చాలా కాలమైంది.

★

"హే, ఆం మరో వారంలో కపుల్స్ అక్కడికే వస్తారు" అంటూ తన బ్యాగ్‌లోంచి లంచ్‌బాక్స్ తీసి, 'ఫ్రెండ్ తల్లి' ఇచ్చిందని బాక్సు మూత తెరిచాడు. వార్తాపత్రికలో చుట్టిన చపాతీలు. 'మీ భోజనం?', 'ఆకలిగా లేదు...', 'అరే రండి' అంటూ రెండు చపాతీలలో శెనగపిండి కూటు, గోరుచిక్కుడు కాయల కూర పెట్టాడు. మరో ఇద్దరికి సరిపోయేంతగా బాక్స్ నిండుగా ఉంది. కుర్రవాడు ఆకలిగా చూస్తున్నాడు. గుటకలు మింగుతున్నాడు.

"ఇక్కడికి రా బాబు" అనటం ఆలస్యం వచ్చి నా పక్కనే కూర్చున్నాడు. అఖిలన్ వాడికీ చపాతీలు ఇచ్చాడు. "నీ పేరేమిటి? నీ వెంట ఎవరూ రాలేదా?".

"లేదు. వచ్చారక్కా. స్కూల్‌నుంచి విహారయాత్రకు వచ్చాం. వాళ్ళు మరో బోగిలో ఉన్నారు"

వాడి మాటలు నమ్మేటంత సరళంగా లేవు. ఇంత చిన్న పిల్లవాడు ఒంటరిగా బెంగళూరుకి ఎలా వెళ్తాడు? ఉండొచ్చు. నేనున్న

ఉద్విగ్న పరిస్థితిలో అవన్నీ ముఖ్యం అనిపించలేదు. "నీ పేరు ఏమిటి బాబు?" అని అడిగాను.

"మణికంఠ అక్క" అని చపాతీ చుట్టుకుని తన స్థానానికి బదిలీ అయ్యాడు.

ఆ పిల్లవాడి ఆకలి ఎలాంటిదో? పాపం, అందుకే తిన్నది, కడుపు నిండినది కూడా తెలియటం లేదు. నేను లేచి ముక్కుకు కొంగు చుట్టుకుని, రెస్ట్‌రూమ్‌కు వెళ్ళి చేతులు కడుక్కుని వచ్చాను. పై బెర్త్‌లో ఉన్న అమ్మాయి, "నాన్నా మీరు ప్రశాంతంగా ఇంటికి వెళ్ళండి. నేను జాగ్రత్తగా ఎక్కాను. అమ్మకు, తాతకు చెప్పండి. ఉదయం బెంగళూరు చేరగానే ఫోన్‌చేస్తాను" అని బై చెబుతోంది. ఆ అమ్మాయిలో ఆత్మవిశ్వాసం తొణికిసలాడుతోంది. గుళేదగుడ్డ, బాదామి, హొళె ఆలూరు ఎప్పుడు దాటామో తెలియలేదు. రైలు గదగ్ జంక్షన్‌లో ఆగింది.

"వాణిగారూ, నాకు నిద్ర వస్తోంది, మీకు?" అని అడిగి మౌనం వహించాడు.

★

మనస్సు ఆపుకోలేక అరుణ్‌కి ఫోన్ చేశాను. నంబర్ బ్లాక్ చేశాడు. ఇదేమీ కొత్త విషయం కాదు. బ్లాక్ చేయడం. మళ్ళీ ఓపెన్ చేసి ఫోన్ చేసి విచిత్రంగా ప్రవర్తించి ఫోన్ పెట్టగానే మళ్లీ బ్లాక్ చేయడం అతనికి మామూలే. ఇలాంటి వాడికోసం నేనెందుకు బెంగళూరు వెళ్ళాలి? అక్కడికి వెళ్లి సాధించేదేముంది? హుబ్లీలోనే దిగిపోనా? అయోమయంలో కళ్ళు మసకబారాయి.

ప్లాట్‌ఫారమ్‌లో ఒళ్ళు విరుచుకుంటూ నిలబడిన అఖిలన్ సిగ్నల్ పడగానే రైలు ఎక్కాడు. అతని ముఖం తాజాదనంతో మెరిసిపోయింది. మణికంఠకు నిద్ర పట్టింది. అఖిలన్ కనుబొమ్మలు పైకెత్తి ఏమైంది అని అడిగాడు. ''నీళ్ళు...'' అంటూ చేతికి బాటిల్ ఇచ్చాడు. తాగే తొందరలో నీళ్లు నోటి నుంచి జారి నా గొంతు, ఛాతీ తడిసింది. అప్పటిదాకా బయట తిరుగుతున్న కుర్రవాళ్ళు ఇప్పుడు రైలు ఎక్కి నన్నే చూడసాగారు. వారిలో ఒకడి చూపులు నా ఛాతీపైనే నాటుకున్నాయి. నా పక్కకు వచ్చి కూర్చున్న అఖిలన్ కళ్ళతోటే వాళ్ళను ఉరిమి చూసి తరిమి, ఏమైందని అడిగేటంతలో వాస్తవం అవగాహనకు వచ్చింది. ''ఆర్ యూ ఆల్‌రైట్'' అని అడిగాడు. 'ఊఁ' అంటూ తలూపాను. అతను చియర్ చేస్తూనే ఉన్నాడు. మానవ స్వభావం గురించి ఎప్పుడూ కుతూహలమే. అయితే అన్నీ తెలుసనే భ్రమలో అల్పంగా మారడం కనిపించదు, వేధించదు కూడా. అలాంటప్పుడు కొందరు అపరిచితులుగానే మిగిలిపోతారు.

అణ్ణిగేరి దాటి హుబ్లీ జంక్షన్‌లో రైలు రాత్రి పదకొండు గంటలకు నాలుగో ప్లాట్‌ఫారమ్‌లో ఆగింది. ''రైలు నంబర్16536 షోలాపూర్ నుండి మైసూర్‌కు బయలుదేరే గోల్‌గుంబాజ్ ఎక్స్‌ప్రెస్ నాలుగవ ప్లాట్‌ఫారమ్‌లో వచ్చి ఆగింది. యూ ఆర్ అటెన్షన్ ప్లీజ్'' అంటూ మూడు నాలుగు భాషల్లో అనౌన్స్‌మెంట్ వినిపించింది.

మణికంఠకు మెలకువ వచ్చి కిందికి దిగాడు. మేము కూడా దిగాము. రైల్వే స్టేషన్ జనజాతరలా ఉంది. ఎటు చూసినా జనం ఎక్కుతున్నారు, దిగుతున్నారు. రైలు కోసం ఎదురుచూస్తూ దూర ప్రాంతాల నుంచి వచ్చిన వారు నేలపై నిద్రపోతున్నారు. వందలాది కళ్ళు ఇతరుల కళ్ళతో కలిసి తప్పుకుంటున్నాయి. గ్యాంగ్‌మెన్‌లు పట్టాలను పరిశీలిస్తున్నారు. వివిధ రైళ్ళకు చెందిన టీసీలలో కొందరు కోట్లు వేసుకున్నారు. మరికొందరు తెల్లటి షర్టులు వేసుకున్నవారు ఒకచోట చేరి అంతలో చెదిరిపోయారు.

నేనూ అఖిలన్ ఇనుప బెంచీ మీద కూర్చున్నాం. రాత్రి వాతావరణంలో తేమశాతం ఎక్కువగా ఉంది. ప్లాట్‌ఫారమ్‌లోని పెద్ద గడియారం ముళ్లు కనిపించినపుడు సమయం 11:20 అయింది. ప్రకటనల పెద్దపెద్ద బోర్డులు నియాన్ వెలుతురుకు మెరుస్తున్నాయి. మణికంఠ ఐదువందల రూపాయల నోటు తీసి అక్కడే ఉన్న షాపులో పావుకిలో మిశ్రా పేడా కొన్నాడు. ఇంత డబ్బు వీడి దగ్గర ఎలా వచ్చిందని నేను సందేహించాను. తన సహవిద్యార్థులు మరో బోగిలో

ఉన్నారని వాడు చెప్పినప్పటికి ఇంతవరకు వారి జాడ కనిపించలేదు. ఆ పిల్లవాడు అబద్ధం చెబుతున్నాడని స్పష్టమైంది. అఖిలన్‌కు అన్ని విషయాలు చెప్పాను.

''ఉండండి ఇది చాలా సున్నితమైన విషయం. మన ఊహ అబద్ధం కావచ్చు'' అని అతనన్నాడు. బాగల్‌కోటెలో రైలు ఎక్కి పైబెర్త్‌మీద పడుకున్న మహిళ కిందికి దిగి ఫోన్‌లో మాట్లాడుతూ తిరుగుతోంది. రైలులో అవసరాలకు నీళ్లు నింపుతున్నారు. యుక్తవయస్సులోని అబ్బాయిలు క్షనురెప్పపాటులో స్వచ్ఛతా కార్యంలో నిమగ్నమయ్యారు. పోర్టర్లు వాటర్‌ట్యాంక్ నింపారు. రైలు పైపులోంచి దబదబమని నీళ్లు ప్రవహించాయి. పందికొక్కులాంటి ఎలుకలు పట్టాలపై పరుగులు తీస్తున్నాయి. ఇంజిన్‌లు టూస్ టూస్‌మని. గర్‌ర్‌ర్‌మని శబ్దాలు చేస్తూ ప్రయాణం సాగించడానికి సిద్ధమవుతున్నాయి. పోర్టర్లు చేపల పెట్టెలు, పెద్దపెద్ద మూటలు, ఇనుప పరికరాలను పార్సెల్ బోగీలోకి ఎక్కిస్తున్నారు. బెంగుళూరు వైపు వెళ్లే మరో రెండు రైళ్ళు వచ్చాయి.

నేను అక్కడే కుళాయివద్ద ముఖం కడుక్కున్నాను. మా రైలు శుభ్రమైంది. మా ఊళ్లో దిగాలనే ఉద్దేశం మసకబారింది. ఎక్కువ మంది ప్రయాణికులతో రైలు నిండిపోయింది. టీసీలు రైలు ఎక్కడానికి సిద్ధమయ్యారు. ఆ అమ్మాయి, మణికంఠ, మేము మా మా సీట్లను ఆక్రమించాం. గోల్‌గుంబజ్ ఎక్స్‌ప్రెస్ హుబ్లీకి వీడ్కోలు పలికింది. మునుపటి దుఃఖం నాలో లేకపోవటం అర్థమైంది. ఒకటి రెండు సార్లు దీర్ఘంగా ఊపిరి పీల్చుకున్నాను. క్రమంగా స్టేషన్ నిశ్చలమైంది. మా బోగిలో ఒకే కుటుంబానికి చెందిన మరో నలుగురు ఉన్నారు. దుఃఖం వాళ్ళనూ ఆవరించింది. వాళ్ళంతా మెరుగైన చికిత్స కోసం బెంగుళూరుకు బయలుదేరినట్టు వారి మాటలు వల్ల అక్కడున్న వారికి అర్థమవుతున్నాయి. మేము గెలకడానికి ప్రయత్నించలేదు.

మణికంఠను ప్రశ్నించటంతో వాడు తడబడ్డాడు. ''మీ స్నేహితులు ఎక్కడ ఉన్నారు? మీ మాస్టార్ ఎక్కడ? వాళ్ళు నిన్ను చూడడానికి ఎందుకు రాలేదు?'' అని అడిగిన ప్రశ్నకు సమాధానం లేదు... ''నిజం చెప్పు. లేకుంటే పోలీసులకు అప్పగిస్తాను'' అని గదమాయిస్తున్న కంఠంతో అఖిలన్ అడిగాడు. పిల్లవాడి శరీరం గజగజా వణికిపోతోంది.

''మా పెదనాన్న బెంగుళూరులో ఉంటారు. ఆయన డ్రైవర్. వచ్చి తీసుకునిపోతారు'' అని ఏడ్పు మొదలుపెట్టాడు.

''మీ నాన్నగారు ఏం చేస్తారు? మీ ఊరు ఏది?'' అని గట్టిగా అడిగేసరికి భయపడిన కుర్రాడు

"మా నాన్న బీజాపూర్-ఇండి కేఎస్ఆర్‌టీసీ బస్సు నడుపుతాడు. ఇండి నుంచి వచ్చాను" అని ఏడుస్తూ చెప్పాడు. అప్పటికే టీసీతో పాటు పక్క బోగీలోని జనం కూడా చేరారు. రహస్యాన్ని ఛేదించడంలో విజయం సాధించిన అక్కడ చేరినవాళ్ళు బీజాపూర్ డిపోకు ఫోన్‌చేసి మణికంఠ తండ్రి రాచప్ప పాటిల్ అని నిర్ధారించారు. వెంటనే వాడి తండ్రికి ఫోన్ చేశారు. వాళ్ళు ఆ పిల్లవాడి కోసం ఊరంతా వెతికి కన్నీటిపర్యంతం అయ్యారు. జరిగిన విషయం నేనే చెప్పాను. "అమ్మగారూ, ఎలా ఉన్నాడండి? స్కూల్‌కు చక్కగా వెళ్ళరా అన్నందుకు ఇలా చేశాడండి. మా ప్రాణాలే పోయినట్టయ్యింది" అని ఏడవసాగాడు. టీ.సీ. కూడా మాట్లాడాడు. మణికంఠను తీసుకెళ్ళారు. వాడి కళ్ళు ఒకసారి అమాయకంగా, మరోసారి కుఱ్రచేష్టలుగా మెరిశాయి.

"మీరు కూల్‌గా ఉండండి వాణి. నేను తెలుసుకుంటాను" అన్నాడు.

చివరికి అఖిలన్ మణికంఠ పెదనాన్న యశ్వంత్‌పూర్ రైల్వే పోలీస్ స్టేషన్‌కు వచ్చి వాడిని తీసుకెళ్తాడని అఖిలన్ వార్త చెప్పాడు.

అఖిలన్ మా ఇద్దరి మనస్థితులను, పరిస్థితులను దృష్టిలో గమనిస్తున్నాన్నాడు. అతని కళ్ళు ప్రపంచపు జంజాటాన్ని నిర్లక్ష్యం చేస్తున్నాయి.

"వాణిగారూ, 'లైఫ్ ఈజ్ స్మాల్ బట్ ఇట్ ఈజ్ బ్యూటిఫుల్'. మనం దాన్ని జీవించాలి" అన్నాడు. గబుక్కున పడుకుని, రెప్పలను బలంగా నొక్కి, బుగ్గలు ఉబ్బించి నవ్వాడు. నేను మెల్లగా నిద్రమత్తు నుంచి నిద్రలోకి జారుకున్నాను.

తెల్లవారటంతో పెద్ద పెద్ద భవనాలు కళ్ళు తెరవసాగాయి. ఇంకా యశ్వంత్‌పూర్ రాలేదు. క్రాసింగ్ ఉంది. గూడ్స్‌కావచ్చు. నేను ఫ్రెష్‌అప్‌అయి టీ, కాఫీ తాగుదామని, ముఖం కడుక్కుని మెరిసిపోతున్న ఉదయాన్ని, మెరుస్తున్న అఖిలన్‌కళ్ళను చూశాను. ఈ రైలు ప్రయాణంలో చూసిన మనుషులను, వాళ్ళ కష్టసుఖాలను చూసి నా బాధలన్నీ ఈనాటి ఉదయపు వెలుతురులో కరిగిపోయినట్టు అనిపించింది.

అఖిలన్ చేతిలో కాఫీతో నిలబడి ఉన్నాడు.

చెదురుమదురుగా ఉన్న వాళ్ళంతా రైలెక్కారు.

స్టేషన్‌రాగానే జనం కమ్ముకుని దిగడం మొదలుపెట్టారు. నా మనసు అరుణ్ జ్ఞాపకాలకు తర్పణం వదిలింది. అదేవిధంగా, ఊహించుకున్న భ్రమలతో కూడిన బతుకుకూ తర్పణం వదిలింది. ఇప్పుడు నిశ్చింత ఒళ్ళంతా వ్యాపించి గాలిలా తేలికైంది. జీవితపు గందరగోళాలు ముగిసి, ప్రతిదీ స్పష్టంగా కనిపించసాగింది.

ముఖంలో చిన్న చిరునవ్వు విరిసింది. నా కాళ్లూ చేతులు నూతన శక్తిని నింపుకున్నాయి.

మణికంఠ గబగబా టీ.సీ.ని అనుసరిస్తూ పరుగెడుతున్నాడు.

అఖిలన్ వాళ్ళ వెనకాలే నడుస్తున్నాడు.

కొంతమంది ప్రయాణికులు తదుపరి స్టేషన్‌లో దిగేందుకు సిద్ధమవుతున్నారు. మేము ఎక్కడైనా ఒకచోట దిగి విడిదిచేసే తావును చేరవలసిందే కదా. దిగిన స్టేషన్ తనది కాదనిపించినపుడు ప్రయాణం కొనసాగించి చేరుకోవలసిన గమ్యాన్ని తాము చేరుకోవాలి కదా?

నేను నిశ్చింతగా నా బ్యాగ్‌ను తీసుకుని భుజానికి తగిలించుకున్నాను.

రాబోయే రైల్లోనో, బస్సులోనో తిరిగి ఇల్లు చేరుకుంటే కొత్త జీవితం ఆహ్వానిస్తుంది.

●

Bhagyajyothi Gudageri, a poet, has published two collections of poems. Her recent collection of poems, 'Bidira Binnaha', has attained critical appreciation. She is also a voice artist for a radio station. Her story was selected for the third prize by the jury. Bhagyajyothi is a native of Dharwad district.

Ranganatha Ramachandra is a well-known translator. He has translated and published important Kannada writers into Telugu. He received a Central Sahitya Akademi award for his translation of Shantinatha Desai's novel 'Om Namo'.

4

సంతప్తుడు

దీపా హిరేగుత్తి

అనువాదం: **బదరి రూపనగుడి**

ఏరోజూ తాముంటున్న గదివైపుకు రాని, ఒకవేళ ఆవైపు వచ్చినా దూరం నుండే, 'పని కెళుతున్నారా?' అనో, 'డ్యూటీ ముగించుకొని వస్తున్నారా?' అనో కుశలప్రశ్నలాగా మాత్రమే అడిగేసి వెళ్లిపోయేవారు ఇంటి ఓనర్ రఘురామ శట్టిగారు. కానీ, ఆరోజు మూడంతస్తులు ఎక్కి మరీ తమ గదికి రావడమే కాదు, కళ్లతోనే గది మొత్తం స్కాన్ చేసినట్టు పరీక్షగా చూడటం గమనించిన సందేశ్ మనస్సులో విచిత్రమైన ఆందోళన మొదలైంది.

ఎప్పుడూ తెల్లటి పంచె, మడత నలగని తెల్లని షర్టుతో, తెల్లటి మీసాలు కుడిచేత్తో సవరించుకొంటూ, వాకింగ్ కర్రలాగా వుపయోగపడే పొడవాటి గొడుగు ఇంకో చేతిలో, కాళ్లకు కిర్రు కిర్రుమని చప్పుడు చేసే కొల్హాపూర్ చెప్పులతో డెబ్బై ఏళ్ల రఘురామ శట్టిగారు నడిచి వెళ్తుంటే చుట్టుపక్కల వారందరూ ఆయనవైపే చూస్తుండి పోవాలనిపించే వ్యక్తిత్వం ఆయనది.

శట్టిగారి పిల్లలిద్దరూ విదేశాల్లో వుండిపోవడంతో ఇక్కడి వ్యవహారాలన్నీ ఆయనే చూసుకుంటున్నారు. మిగతా వ్యాపారాలతో పాటు ఒకటి రెండుచోట్ల ఇళ్లు

కట్టించి అద్దెలకిచ్చారు. అలాంటి ఒక అపార్ట్‌మెంట్లాంటి మూడంతస్తుల బిల్డింగ్ పై టెర్రస్ మీద సిమెంట్ షీట్ల పైకప్పుతో కట్టిన గదిలో స్నేహితులతోపాటు సందేశ్ కూడా అద్దెకుంటున్నాడు.

రఘురామ శట్టిగారు వున్నట్టుండి గదికి రావడం, పరిశీలించడం... ఇదంతా చూస్తే సందేశ్ అద్దె బాకీ పడ్డాడనో, కానిపని ఏదైనా చేసి ఇరుక్కున్నాడనో కాదు. చాన్నాళ్ల నుండీ ముఖ్యమైన విషయం ఏదో శట్టిగారికి చెప్పాలని అనుకుంటూనే ఆయనకు చెప్పలేక ఇబ్బంది పడుతున్నాడు సందేశ్.

స్వభావరీత్యా సందేశ్ మొహమాటస్తుడు. అందులోనూ ఇప్పుడు శట్టిగారు ఇలా వున్నట్టుండి వచ్చి వెళ్లడంతో గుమ్మడికాయ దొంగెవరంటే భుజాలు తడుముకున్నవాడిలా తయారయింది తన పరిస్థితి.

కర్ణాటకలోని పశ్చిమ కనుమల ప్రాంతం 'మలెనాడు'లోని గ్రామీణ దిగువ మధ్య తరగతి కుటుంబానికి చెందినవాడు సందేశ్.

కిందా మీదా పడి ఎలాగోలా ఇంటర్ సెకెండ్ క్లాసులో పాసయ్యేసరికి సందేశ్‌కి పుస్తకాలంటేనే ఒక రకమైన అలర్జీ వచ్చేసింది. అదీ ఇంగ్లీషు, ఎకనామిక్స్ ఇవి రెండూ తలకిందులుగా తపస్సు చేసినా తలకెక్కలేదు. 'కనీసం పాస్‌మార్కులు తెచ్చుకోలేని వేస్ట్ బాడీలు,' అని లెక్చరర్లతో అక్షింతలు వేయించుకొని పీయూసి పరీక్ష గట్టెక్కించాడు. అలాగే డిగ్రీ కోర్సుకు చేరుకుని నానా తంటాలు పడి, ఎలాగోలా ఆ డిగ్రీ కూడా జస్ట్ పాసు మార్కులతో మమ అనిపించాడు. ఈ మార్కులకు, ఈ డిగ్రీకి ఎక్కడా పని దొరకని రోజుల్లోనే చిన్న చిన్న వూళ్లలో కూడా ఈ-కామర్స్, డోర్ డెలివరీలు బాగా ప్రజాదరణ పొందడం జరిగింది.

మహానగరాల్లో మాత్రమేకాక చిన్న చిన్న వూళ్లు, పట్టణాల్లో సైతం డెలివరీ బాయ్ వుద్యోగాలు ప్రాచుర్యంలోకి వచ్చాయి. సందేశ్‌లాంటి ఎందరో యువకులకు ఇవి నిరుద్యోగం కారుమబ్బుల నడుమ ఆశారేఖల మెరుపుల్లాగా ఆదుకున్నాయి. డెలివరీ బాయ్ ఉద్యోగం సందేశ్‌కు, అతనిలాంటి ఎందరో యువకులకు జీవితానికి ఒక దారి చూపించాయి. నెలకి పదమూడువేల జీతానికి సందేశ్ రోజూ తన వూరి నుండి యాభై కిలోమీటర్ల దూరంలోని తాలూకా కేంద్రానికి వెళ్లాల్సి వచ్చేది. అందుకని తనతో మరో ఇద్దరు కుర్రాళ్లు కలిసి అక్కడే చిన్న గది అద్దెకు తీసుకున్నారు. వాళ్ల కంపెనీ గోడౌన్‌కు, ఆఫీస్‌కి దగ్గరే. టౌన్ మధ్యలో చాలా బిజీగా వుండే ప్రాంతంలోనే వాళ్ల గది. పొడవాటి హాలు, చిన్న

వంటగది, బాత్‌రూము- అంతే. వాళ్లకి డైనింగ్‌రూము, బెడ్‌రూము అన్నీ ఆ పొడవాటి హాలే. ఆ పోర్షన్‌కే నాలుగున్నర వేలు అద్దె. సందేశ్ స్వతహగా ఒంటరిగా వుండటానికి ఇష్టపడే మొహమాటపు మనిషి. కానీ ముగ్గురైతే అద్దె మూడు భాగాలుగా పంచుకోవడానికి వీలవుతుందని ఆ ఇద్దరినీ జత కలుపుకున్నాడు.

ఓనర్ శెట్టిగారు, ''ముగ్గురంటే ముగ్గురే వుండాలి. తెలిసినవాళ్లు, స్నేహితులు అంటూ ఎక్కువ రోజులు వుండటానికి వీల్లేదు,'' అని ఖరాఖండీగా చెప్పేసారు.

డెలివరీ బాయ్‌గా పనిచేస్తున్న సందేశ్‌తో పాటు పళ్లకొట్టులో పనిచేసే కార్తీక్, బేకరీలో పనిచేసే ప్రవీణ్ ముగ్గురూ ఆ గదిలో చేరుకున్నారు. మొదట్లో ముగ్గురూ సమానంగా అద్దె భరించాలని అనుకున్నా, ఆ ఇద్దరి జీతాలు నెలకి ఏడు, ఎనిమిది వేలే అవడంతో వేయిన్నర అద్దె కట్టడం వారికి బరువవుతుందనిపించి, వాళ్లిద్దరినీ వెయ్యి రూపాయలు కడితే చాలని, మిగతా రెండున్నర వేలు నేను కడతానని చెప్పాడు. కొంచెం గంభీరంగా, రిజర్వ్‌డ్‌గా కనబడే సందేశ్ మంచి మనసున్న మనిషి అని తెలుసుకున్న ఇద్దరూ చెమ్మగిల్లిన కళ్లతో, 'చాలా థ్యాంక్స్ అన్నా,' అని ఎంతో సంతోషపడిపోయారు. మొత్తానికి కలిసి వండుకుని, ఎలాగో సర్దుకొని సరుకుల ఖర్చు, బైకు పెట్రోలు, మొబైల్ కరెన్సీ అని ఖర్చులన్నీ పోను కొద్దో గొప్పో ఇళ్లకు డబ్బులు పంపేవారు. కానీ నెలాఖరు వచ్చేసరికి షరా మామూలే. మే నెలలో ముంగారు వానల కోసం ఎదురుచూసే రైతన్న లాగా నెల జీతం కోసం ఎదురుచూసేవాళ్లు.

కష్టాలు రావడం మొదలైతే ఒకటి వెంట ఒకటి వరుసగా వస్తూనే వుంటాయని ఎక్కడో విన్నాడో లేక చదివాడో తెలీదు కానీ సందేశ్ జీవితంలో ఈ మాట నిజమేనని రుజువయింది.

ఉన్నట్టుండి సందేశ్ తల్లిగారి రెండు కిడ్నీలు దెబ్బతిన్నాయి. వాళ్ల తాలూకా ఆస్పత్రిలోని డయాలిసిస్ యంత్రం చెడిపోయి ఏళ్లు గడిచాయి. డెబ్బై కిలోమీటర్ల దూరమున్న జిల్లా ఆస్పత్రికి బస్సులోనే తీసుకెళ్లి డయాలిసిస్ చేయించుకొచ్చినా, ఒక్కసారికి మూడువేల రూపాయలు కావాల్సి వచ్చేది. తండ్రి లేని ఇల్లు. సందేశ్‌తో పాటు అతని అన్న, ఇద్దరే సంపాదించాలి. ఎంత కష్టపడి పనిచేసినా, వచ్చే బొటాబొటి జీతంతో చెల్లెలి చదువు, ఇంటి ఖర్చు, ఆస్పత్రి ఖర్చు వీటన్నిటికీ ఎలా సర్దాలో తెలియక తంటాలు పడేవాడు.

వారానికి రెండుసార్లు, నెలకు ఎనిమిదిసార్లు సెలవు పెట్టి అమ్మను ఆస్పత్రికి తీసుకెళ్లాల్సి వచ్చేది. అంటే ఇద్దరూ తలా నాలుగు రోజులు సెలవు పెట్టాల్సి వచ్చేది.

అందుకని విశ్రాంతి లేకుండా నెలంతా పనిచేయాలి. అది ఒక ఎత్తయితే సెలవు కోసం యజమాని ముందు ప్రతిసారి వేడుకోవాల్సి రావడం ప్రాణం పోయినంత పనయ్యేది. అమ్మ చికిత్స ఖర్చుతో పాటు ఇంటి ఖర్చులు పెరగడంతో ఒక్కొక్క రూపాయికీ వెతుక్కోవాల్సిన పరిస్థితి ఎదురైంది.

అంతలో అన్న భార్య గర్భవతి అయింది. తరువాత ఒకరోజు వాళ్లన్నయ్య సందేశ్‌ను పక్కకి పిలిచి, ''సందేశ్, ఇన్నాళ్లూ మీ వదిన బట్టలకొట్టులో పనికెళ్లేది. ఇక పనికెళ్లడం కుదరదు కదా. ఇంకొక్క నెల నేనెలాగోలా డబ్బు సర్దగలను. కానీ, ఆ తరువాత నువ్వే ఎలాగోలా అడ్జెస్ట్ చేసుకోగలవా ప్లీజ్,'' అన్నాడు, కళ్లలో నీరు ఆపుకుంటూ.

''చూద్దాంలే అన్నయ్యా, నువ్వు దిగులు పడొద్దు,'' అన్నాడు అన్నయ్య చేయి పట్టుకుని. తరువాత ఏదో డెలివరీ కోసం దూరంగా వెళ్లినప్పుడు జనాలు లేనిచోట రోడ్డు పక్కన బండాపిన సందేశ్ ఆపుకోలేని దుఃఖంతో ఏడ్చేసాడు. 'ఇప్పటికే బరువు మోయలేని వాడిపై ఇంకా ఎంత బరువు మోపుతున్నావు దేవుడా...' అని తమ ఆఫీసు ఎదురుగానున్న గణపతి గుడి ముందు బైకుపై వెళుతూ దండం పెట్టుకుని వేడుకునేవాడు. ఇంకోపక్క డెలివరీ చేసేటప్పుడు కొందరి ప్రవర్తన మరీ ఇబ్బందిగా ఉండేది. ఛీ, ఏం మనుషుల్రా బాబూ అనిపించేది. పెద్ద పోస్టులోని ఆఫీసర్ ఒకరికి ఏదో డెలివరీ ఇచ్చినప్పుడు, దాని ఖరీదు తొమ్మిది వందల ఎనభై రూపాయలైంది. ఆయన వెయ్యి రూపాయలిచ్చాడు.

సందేశ్ దగ్గర పది రూపాయల నోట్లు రెండు మాత్రమే ఉన్నాయి. అందులో ఒక నోటుకు ఒక చివర చిన్న చిరుగుపడింది. ఆయన అది వద్దని, వేరేది ఇవ్వమని పట్టుబట్టాడు. ఆయన దగ్గరా వేరే చిల్లర లేదన్నాడు. చివరికి సందేశ్ చుట్టుపక్కల అంగళ్లన్నీ గాలించి పదిరూపాయల చిల్లర ఇచ్చేదాకా ఆయన వదల్లేదు. అందరు కస్టమర్లు ఇలానే ఉంటారని చెప్పలేం. కొందరు మిగిలిన చిల్లర వుంచుకోమనేవారు. కొందరైతే పది, ఇరవై టిప్స్ కూడా ఇచ్చేవారు. కానీ, ఇలా ఎంత కష్టపడ్డా, సందేశ్‌కి వచ్చే ఆదాయం పూర్తి తల వరకుగానీ లేదూ క్రింద కాళ్లయినా పూర్తిగా పట్టని మంచంలాగా చాలీచాలనిది. చాలీచాలని మంచం పై పడుకోలేక మంచం కొనే దారిలేక అతంత్రమైన స్థితిలో కొట్టుమిట్టాడుతున్నాడు సందేశ్.

సందేశ్ క్రమం తప్పకుండా ఒకరింటికి డెలివరీ ఇచ్చేవాడు. ఆవిడ ఒకరోజు ఫోన్ చేసి, ''సందేశ్ ఇంటికి చుట్టాలొస్తున్నారు. మావారు ఇంట్లో లేరు.

ఇప్పటికిప్పుడు వంట చేసే టైం లేదు. హోటల్ నుండి నేను చెప్పే ఐటెమ్స్ తీసుకొస్తారా ప్లీజ్," అనడిగింది. వారింటికి ఎప్పుడు డెలివరీ ఇచ్చినా పదో ఇరవయ్యో టిప్స్ తప్పకుండా ఇచ్చేవారావిడ. అలాగే మేడం, తెచ్చిస్తానని ఆమె చెప్పిన హోటల్ కెళ్లి కావల్సిన పార్సెల్తీసుకెళ్లి ఇచ్చాడు. ఆమె సంతోషంగా, బిల్లు డబ్బులతో పాటు వంద రూపాయలు అదనంగా చేర్చి, మరీ మరీ థాంక్స్ అంటూ ఇచ్చింది.

ఇలా ఒకటి రెండుసార్లు ఆమెకు, ఆమె స్నేహితురాళ్లకు పార్సెళ్లు తెచ్చి ఇచ్చాక, తనే ఇలా స్వంతంగా డెలివరీ సర్వీస్ పెట్టొచ్చు కదా అన్న ఆలోచన వచ్చింది సందేశ్ కి.

మొదట్లో ఇలా హోటళ్ల నుండి పార్సెళ్లు మాత్రం తెచ్చి ఇస్తున్న సందేశ్ హోమ్ డెలివరి సర్వీసు అని తానొక్కడే నడుపుతున్న సర్వీస్ బిజినెస్సు ఇప్పుడు తాలూకా మొత్తానికి, ఎవరు ఫోన్ చేసినా ఏది కావాలన్నా తెచ్చి ఇవ్వగలిగేలా పెరిగింది. ఇంటి సరుకులు, మందులు, కూరగాయలు, భోజనం, టిఫిన్లు- ఇలా ఏదైనాసరే, వీటికి అయ్యే బిల్లు పైన ముప్పై రూపాయలు అదనంగా తీసుకొనేవాడు.

చిన్న వూళ్ల నుండి టౌన్కెళ్లడం, రావడం అక్కడి ఆటో, బస్సుల ఖర్చు ఇవన్నిటికన్నా సందేశ్కి ఫోన్ కొట్టి తెప్పించుకోవడం సులువైంది జనాలకి. అంతేకాదు, ఏ హోటల్లో ఏ ఐటెమ్ బాగుంటుంది, రేటెంతా ఇలాంటి వివరాలన్నీ సందేశ్కి నాలుక మీదే ఉండేవి. అందుకని తాలూకాలో చాలామంది సందేశ్ మీదే ఆధారపడేవారు.

టౌన్లో ఊరికి దూరంగా ఇళ్లున్నవారు వయస్సు మళ్లినవారు, ఒంటరి వాళ్లు- ఇలాంటి వారికైతే సందేశ్ సర్వీసు చాలా ఉపయోగపడేది. బంధువులు, స్నేహితులు ఎవరైనా వున్నట్టుండి ఇంటికొచ్చినా అప్పటికప్పుడు పాలు, బిస్కట్లు, పళ్లు- ఇలా ఏదైనా తెప్పించుకోవడానికి సందేశ్ ఒక వరంలా దొరికాడు వాళ్లకు.

చిన్నగా మొదలైన సందేశ్ లోకల్ సర్వీసు, విజిటింగ్ కార్డులు, అడ్వర్టైజ్మెంటు, ఏవీ లేకుండా ఒకరికొకరు చేసే మౌత్ పబ్లిసిటీతోనే బాగా బిజీ అయ్యింది. పొద్దున్న మొదలై రాత్రి పొద్దుపోయే వరకూ ఆర్డర్లు వస్తూనే ఉండేవి. ఇలా లోకల్ హోమ్ డెలివరీ వల్ల సందేశ్ చేతికి అదనంగా కొంచెం ఆదాయం అందేది. కానీ అన్న దగ్గర నుండి వచ్చే సంపాదన ఆగిపోవడంతో ఇలా వచ్చినది వచ్చినట్టే ఖర్చయిపోయేది.

ఏమైతేనేం తుఫానులో సముద్రం మధ్యన చిక్కుకున్నప్పుడు చిన్నపాటి పడవనైనా పట్టుకుని ప్రాణాలు నిలుపుకునేలాగా సందేశ్ ప్రయత్నించేవాడు.

వీటన్నిటి మధ్యన సందేశ్ మనసులో తెలీని గందరగోళం కలిగేది. అన్నకు ఎంత కష్టమైనా ఇంటి బాధ్యత మొత్తం తానొక్కడే తలకెత్తుకోవడం సరైనదేనా అన్న అనుమానం అప్పుడప్పుడూ గుచ్చుకునేది. మొన్నొకరోజు ఏదో కావాలని చెల్లెలు అన్నగారిని అడిగితే సందేశ్‌ని అడిగి తీసుకో అన్నాడట అన్న.

పోయినవారం అమ్మను డయాలిసిస్‌కి తీసుకెళ్లాల్సి వచ్చినప్పుడు, ''నువ్వు ఎవరినీ సెలవు అడగక్కరలేదు సందేశ్. నాకు ఇప్పుడు అస్సలు సెలవు లేదు,'' అని ప్రాధేయ పడటతో తప్పలేదు.

తను మోయాల్సిన గడ్డిమోపును మొహమాటానికి నేను తలకెత్తుకుంటే, నైసుగా మాట్లాడుతూ మొత్తం గడ్డిమోపులన్నీ తలపై పెట్టేసి తను బరువు దించుకొంటున్న అన్న ఆలోచనల తీరు తనకు అర్థమైనా వూరకుండిపోయాడు. కానీ తనకు అదేమీ అర్థం కాని అమాయకుడని భావించే అన్నగారి మనస్తత్వం చూసి బాధనిపిస్తోంది.

స్వార్థపరులు, ఇతుల సంగతికొచ్చేసరికి తీర్పులిచ్చే జడ్జీలైపోతారు. అదే తమ దగ్గరికొచ్చేసరికి తమ కేసు గట్టిగా వాదించుకొనే లాయర్లు అయిపోతారు. ఇలాంటి మనుషుల వల్ల సందేశ్‌లాంటి నెమ్మదస్తులు, మొహమాటస్తులు పదే పదే ఇబ్బంది పడిపోతారు. ఇంకోసారి ఇలా ఇరుక్కుపోరాదు అనుకుంటూనే మళ్లీ అదే తప్పు చేసేస్తారు. ఇంకో డెలివరీబాయ్‌కి పని అప్పజెప్పి తల్లిని పిలుచుకొని ఆస్పత్రికి బయల్దేరాడు.

డెలివరీ పనులన్నీ ముగించి పొద్దుపోయాక అలసిపోయి ఇంటికొచ్చి కూర్చున్నప్పుడు తన కలలన్నిటినీ ఎలా వదిలేస్తున్నాడో అనిపించేది. తనకు సాధ్యమైనంత వరకే ప్రయత్నించి మిగతా అందరిలాగా వుండి వుంటే సంతోషంగా వుండే వాడినేమో అనిపించేది. ఛ... ఛ... అదేం కాదు, కష్టాలలోనూ తన కలల వెనక పట్టుదలగా సాగినందుకే తనది అన్న చిన్న వ్యాపారం మొదలైంది కదా! అది కూడా, చిన్న తాలూకా కేంద్రంలో అందరికంటే భిన్నంగా ఆలోచించడం వల్లనే ఇది సాధ్యమైంది. ఇంటర్ రెండవ సంవత్సరంలో ఎకనామిక్స్ లెక్చరర్‌గారు, 'జీవితంలో మీరేం కావాలను కుంటారు?' అన్న ప్రశ్న వేస్తే క్లాస్ టాపర్ విద్యార్థి లేచి, 'నేను ఎంట్రప్రెన్యూర్ కావాలనుకుంటున్నాను మేడమ్,' అనగానే మేడంగారు మెచ్చుకుని, క్లాసంతటితో చప్పట్లు కొట్టించారు.

అసలు ఈ 'ఎంట్రప్రెన్యుర్' అంటే ఏమిటో కూడా ఆరోజు తెలీదు సందేశ్‌కి. ఆ క్లాస్ టాపర్ విద్యార్థి కంటే ముందే సందేశ్ ఈరోజు ఎంట్రప్రెన్యూర్‌గా మారాడు. అంతులేని అవకాశాల మైదానమే ఈ జీవితం. నలుగురికి వుపయోగపడే విభిన్నమైన ఆలోచనలకు ఇక్కడ ఎప్పటికీ చోటు ఉంటున్నదని జీవితమే సందేశ్‌కి బోధపరిచింది.

ఒకవేళ ఫెయిలవుతానేమో అని తాను భయపడుంటే? వెనకడుగు వేసుంటే? ఎదలో గుచ్చుకునే అసంతృప్తిని మోస్తూ వుండాల్సి వచ్చేది. ఇక కలగనే ధైర్యం ఎక్కడిది? అలాంటప్పుడు ఒక్క క్షణం తన జీవితంలో ఎదురుపడ్డ 'తృప్తి' గుర్తుకొచ్చింది. తను ఇంతకుముందు పనిచేసిన ఆఫీస్ లో సూపర్‌వైజర్ ఆమె. అక్కడ చేరిన మొదటిరోజు ఆమెను చూడగానే ప్రతిరోజు డ్యూటీకెళ్లడానికి అందమైన కారణం దొరికిందనిపించింది. పెద్ద కళ్లతో, ఆకర్షణీయంగా కనిపించే తృప్తి ఒక్కసారి హాయిగా నవ్వితే చాలు ప్రేమలో పడిపోతానేమో అన్న ఖుషీ అనుభవించేవాడు. కానీ ఇలాంటి ఆశలన్నీ పాముపడగ నీడలోని నిదురలాంటివని తొందరగానే అర్థమయింది.

డెలివరీ అబ్బాయిలను చూస్తేనే ఆమెకు పడేది కాదు. వాళ్లపట్ల ఎందుకో తెలీని కోపం, నిర్లక్ష్యం. సప్త సముద్రాల అవతలి నుండి తెల్లని గుర్రం ఎక్కి వచ్చే రాకుమారుడు తనను వరిస్తాడని ఆశపడ్డంలో తప్పేం లేదు. కానీ ఆమెకు ఈ ఆఫీసే తన సామ్రాజ్యం, వీళ్లు సేవకులు. నాలుగైదు వేలకు పనిచేసే పేదపిల్లలను సాటి మనుషులుగా లెక్కపెట్టనవసరం లేదని ఆమె అభిప్రాయం. కస్టమర్లనుండి ఏ చిన్న ఫిర్యాదు వచ్చినా వీళ్లను నలుగురిలో నిలబెట్టి నానా మాటలనడం, అవమానించడం ఆమెకు అలవాటు.

ఒక్కొక్కసారి సందేశ్‌ను అవహేళన చేస్తున్నప్పుడు ఆమె కళ్లలో కనిపించే గర్వం, విజయోత్సాహం, పెదాలు వంకరగా పెట్టి నవ్వడం.... అబ్బా! అందంలో కూడా ఇంతటి క్రౌర్యం, అసహ్యం దాగుంటాయని ఆమెని చూసేదాకా తనకు తెలీదు. తమ మీద ఆమెకి ఎందుకంత ద్వేషమో అంతుపట్టేది కాదు. ఇదంతా మంచికే జరిగిందనిపిస్తూంది. అక్కడి వూపిరాడని వాతావరణం వల్లే తను కొత్తదారిలోకి ప్రయాణించి, తనకంటూ స్వంత ఉద్యోగం, బిజినెస్సు మొదలుపెట్టగలిగాడు.

మొత్తానికి జీవితం ఓ గాడిలో పడిందనుకున్నప్పుడు ఓనర్ రఘురామ శట్టిగారు గదివైపు వచ్చి వెళ్లడం సందేశ్‌ను కలవరపరిచింది. ఆ విషయం గురించి

ఆలోచనల్లో మునిగి బైక్ నడుపుతూ పెద్ద యాక్సిడెంట్ నుండి తృటిలో తప్పించుకున్నాడు.

ఇంతకీ సందేశ్ అంతగా ఆలోచిస్తున్న విషయం మరీ గంభీరమైనది కాదు. అలాగని మరీ నిర్లక్ష్యం చేసేంత చిన్నదీ కాదు.

విషయమేమిటంటే, వాళ్లున్న గదిలో పేరుకు ముగ్గురే వున్నా, ఇంకో ఇద్దరు కుర్రాళ్లు రాత్రి వచ్చి పడుకొని, తెల్లారగట్లే లేచి బ్రష్ చేసుకుని, స్నానమదీ ముగించుకుని వెళ్లిపోయేవారు. ఆ ఇద్దరు కుర్రాళ్ల కథ కూడా కరుణాజనకమైనదే. ఒకడు రక్షిత్, ఇంకొకడు సంచిత్. చిన్న జీతానికి పెట్రోల్ బంకుల్లో పనిచేసేవారు. కూలి పనికెళ్లడానికి ఒంట్లో శక్తి చాలదు. అలవాటసలే లేదు. చాలీచాలని జీతం. నెల మొదట్లోనూ, నెలాఖరులోనూ ఎప్పుడూ డబ్బుకు కటకట. 'ఎలాగైనా ఇదొక సహాయం చేయి సందేశన్నా. రాత్రి పన్నెండింటికి వచ్చి తెల్లారి అయిదింటికే వెళ్లిపోతాం,' అని మరీ మరీ ప్రాధేయపడ్డంతో సందేశ్‌కు వాళ్ల మీద జాలి కలిగి, 'పోన్లే పాపం, ఆ టైంకు వచ్చి వెళ్లిపోతే ఓనర్‌గారికి తెలిసే అవకాశం లేదు. ఒకవేళ తెలిసినా వీళ్లు తన స్నేహితులే. అనుకోకుండా వచ్చి వెళ్లారు అని సర్ది చెప్పవచ్చు,' అని వాళ్లిద్దరూ ఉండడానికి ఒప్పుకున్నాడు.

తమలాంటి చిన్న వూళ్లోనే ఇన్ని కష్టాల కథలుంటే, బెంగళూరులాంటి మహాసముద్రంలో ఇంకెన్ని కన్నీళ్ల కథాసాగరాలుంటాయో అనిపించేది. అంతెందుకు, తమ గదిలో తనతోపాటు ఇప్పుడున్న నలుగురిదీ ఒక్కోరకమైన కథ.

ఆటో నడుపుకుని బ్రతకాలని, అప్పుచేసి ఆటో కొన్న నెలరోజులకే యాక్సిడెంటై ఆటో పల్టీకొట్టి దాదాపు అప్పచ్చి అయిపోతే, దాన్ని పూర్తిగా రిపేరు చేయించడానికి వేల రూపాయలు సర్దలేక, ఇప్పుడిలా పనిచేస్తూ ఆటో అప్పు కడుతున్నాడు కార్తీక్.

మరీ పాతబడిపోయిన ఇంటిని ఎలాగైనా ఈ సంవత్సరం రిపేర్ చేయించాలని పనిచేసి డబ్బు కూడబెట్టుకుంటున్నాడు ప్రవీణ్.

తాగుడుకు బానిసలైన తల్లీదండ్రి, ఇద్దరి నుంచీ పారిపోయి వచ్చి పని చేసుకుంటూ, వారికి దూరమైనా రోజూ రాత్రి వాళ్లని తలుచుకుని అనాథ భావనలో కుమిలిపోతాడు రక్షిత్.

కాలేజీలో చదువుతున్న చెల్లెలు స్మార్ట్‌ఫోన్ లేకపోతే కాలేజీకి రావద్దని ఎవరో అన్నారని, ఇన్‌స్టాల్‌మెంట్లో ఫోన్ కొని ఇప్పుడు పనిచేస్తూ ఆ అప్పు కట్టడానికి కిందా మీదా పడుతున్నాడు సంచిత్.

తమ పరిస్థితులు ఇలా వుంటే టౌన్‌లో వేలాది రూపాయల ఖరీదు చేసే వస్తువులు ఆన్‌లైన్‌లో డెలివరీ చేసేటప్పుడు, వాటి ఖరీదు తన నెల సంపాదనకన్నా ఎన్నో రెట్లు ఎక్కువగా వుండటం చూసి సందేశ్ ఆశ్చర్యపోయేవాడు.

తమలాంటి వాళ్ల జీవితాలపై విధి ఇంత క్రూరంగా ఎందుకుంటుందోనని ఆలోచనలో పడేవాడు.

అందులోనూ రాత్రి లేటుగా వచ్చి పడుకొని వెళ్లిపోయే ఆ ఇద్దరు కుర్రాళ్లు భారంగా కాళ్లీడ్చుకుంటూ వచ్చి చెంబుతో గటగటా నీళ్లు తాగి కూర్చోవడం చూస్తూనే వాళ్లేమి తినలేదు అన్న సంగతి తెలిసిపోయేది. ఒకరోజు ఇలాగే వాళ్లు పడుకోవడానికి రెడీ అవుతుంటే, "ఒరేయ్, ఈరోజెందుకో అన్నం కాస్త ఎక్కువగా వండినట్లున్నాను. ఇంటి నుండి ఈరోజు కోడి పులుసు వండి పంపించారు. ఆ కొంచెం మీరూ తినేయండి," అన్నాడు. వాళ్లు మొహమాటపడుతుంటే తనే బలవంతంగా పళ్లేలలో వడ్డించి వాళ్లకిచ్చాడు. భోజనం చేసిన ఆ కుర్రాళ్లిద్దరి కళ్లల్లో మాటలు మీరిన భావమేదో కదలాడింది. ఆ తరువాత రోజూ కాకున్నా అప్పుడప్పుడూ వాళ్లొచ్చే టైంకి రెండు పళ్లాల్లో అన్నం, సాంబారు వేసిపెట్టి పడుకునేసేవాడు.

రోజూ పెడితే వాళ్లు సిగ్గుపడతారని అప్పుడప్పుడు పెట్టేవాడు. కానీ వాళ్లు నిరాశపడకుండా నాలుగు అరటిపళ్లో, రెండు ఎగ్‌పఫ్స్‌లాంటివేవో పెట్టేవాడు. ఎప్పుడైనా ఖాళీ దొరికనరోజు, లేక సెలవురోజు అందరూ కలిసి బిర్యాని ప్యాకెట్ పార్సెల్ తెప్పించుకుని గది బయట కబుర్లు చెప్పుకుంటూ కూర్చొని తినేవారు. ఆ నలుగురిలో ఒకడు, "సందేశ్ హోం సర్వీసెస్ కు ఫోన్ చేయనా? ఐదు బిర్యానీ పార్సెల్స్ తెమ్మని," అనేవాడు. వెంటనే ఇంకొకడు, "వద్దు బాబూ, నేనే వెళ్లి తెస్తాను. మళ్లా వాళ్లకి ముప్పై రూపాయలు ఎగస్ట్రా ఇచ్చుకోవాలి," అని రాగం తీసేవాడు. అందరూ సందేశ్ వైపు ఆట పట్టిస్తున్నట్టు చూసేవారు. ఇదంతా వింటున్న సందేశ్ మొహంలో నవ్వు కనబడగానే అందరూ గట్టిగా నవ్వేసేవారు.

సందేశ్ ఎప్పుడూ ఒంటరిమనిషిలా కాస్త మౌనంగా ఉండేవాడు. ముందునుండీ తనకి స్నేహితులు తక్కువే. తన మౌనాన్ని పక్కనున్న వారికి కూడా పంచిపెట్టినట్టుండే వాడు. ఎప్పుడూ ఏదో పోగొట్టుకున్నవాడిలా, దేనికోసమో వెతుకుతున్నవాడిలా వుండేవాడు.

'తృప్తి'ని చూసి ఇష్టపడినప్పుడు ఏదో తెలియని మృదువైన, వెచ్చని అనుభూతి తనను కమ్ముకొని హాయిగా అనిపించేది. కానీ ఆమె ప్రవర్తన వల్ల

కలిగిన చేదు అనుభవంతో ఇలాంటి ఆలోచనలు మానేసాడు. వేడి పాల పాత్రలో మూతిపెట్టి, నాలుక కాల్చుకున్న పిల్లి తరువాత పాలు చూసినా దూరంగానే వుంటుంది కదా?

ఏదైనా సినిమాకు వెళ్లినా, 'మనలాంటివాళ్లు ట్రెజెడీ ప్రేమకథలకే సరిపోతాం,' అనుకుని నిట్టూర్చేవాడు.

చిన్నప్పటి నుండీ కష్టాల్లోనే పుట్టి పెరిగిన పిల్లలు వయసుకు మించి పెద్దవాళ్లయి పోయినట్టు గంభీరంగానే వుండేవాడు. మిగిలినవాళ్లు కష్టపడుతున్నా, అప్పుడప్పుడూ నవ్వుతూ ఆట పట్టిస్తూ తేలిక పడేవారు. 'ఇన్ని కష్టాలు వుక్కిరిబిక్కిరి చేస్తున్నాయి కదా, మనం బయటికెళ్లి ఆకాశం చూసినా నక్షత్రాలు కనపడక చీకటిగానే అగుపడుద్దేమో,' అని నవ్వేసుకునేవాళ్లు.

వాళ్లంతా ఇరవై నాలుగు, ఇరవై ఏడు మధ్యన వయసున్న ముగ్గురు, ఇరవై ఏళ్లలోపే వున్న ఇద్దరు కుర్రాళ్లు. ఇలా ఎప్పుడో ఒకసారి నవ్వుకోవడం తప్పిస్తే మిగిలిన సమయమంతా రేపటి యుద్ధానికి సిద్ధమవుతున్న యోధుల్లాగా గంభీరంగానే వుండేవారు.

ఆరోజు ఇలాగే గది బయట కూర్చున్నప్పుడు, 'ఇన్ని రోజులు ఇటువైపు రాని ఓనర్ శెట్టిగారు ఇవాళ ఎందుకొచ్చుంటారు? మనలో ఎవరైనా ఆయనకు ఆ ఇద్దరి విషయం చెప్పేసుంటారా?' అని ఒక్కక్షణం అనిపించింది.

''మనకే చాలని ఇరుకు గదిలో ముగ్గురమని చెప్పి ఆరుగురు పడుకోవడం కరెక్టేనా?'' అని ప్రవీణ్ అభ్యంతర పెట్టిప్పుడు, ''పాపం, పోనీలేరా ప్రవీణా,'' అని సర్ది చెప్పాడు. వాడూరుకోక, ''కాదన్నా, ఇద్దరూ తమ ఐదువందలు ఇస్తే మనకు కరెన్సీ ఖర్చులకన్నా మిగిలేది కదా?'' అంటూ గొణుక్కున్నాడు.

సందేశ్ కోపంగానే, ''ఇదిగో చూడు ప్రవీణా, లెక్క ప్రకారం నువ్వు పదిహేను వందలు ఇవ్వాలి. కానీ వెయ్యి రూపాయిలివ్వు చాలు అన్నప్పుడు నీకెంత ఖుషీగా అనిపించిందో కదా. ఇదీ అంతే. మనకన్నా చిన్నవాళ్లు, వదిలెయ్,'' అన్నాడు కొంచెం గట్టిగానే. అప్పుడు అలా కోపంగా మాట్లాడి, 'కొంచెం రిస్కు పడ్డానా,' అనుకున్నాడు. ఏమైనాసరే ఈ గది వదిలిపెట్టే మాటే రాకూడదు. ఈ తాలూకా కేంద్రం చిన్నదైనా అద్దెకు ఇళ్లు, గదులు వున్నా అద్దెలు మాత్రం బాగా ఎక్కువే. అదీగాక టౌన్ మధ్యలో మంచి బిజీ ప్రదేశంలో ఇలాంటి గది దొరకడం అసాధ్యమే.

'ఓనర్‌గారు ఇప్పటికిప్పుడు గది ఖాళీ చేయమంటే ఏం చేయాలి,' అని కొద్దిగా గాభరాపడ్డా, ప్రవీణ్‌కు కూడా ఇక్కడుండడం అనివార్యమే కాబట్టి చెప్పి వుండడులే అని తనకు తానే ధైర్యం చెప్పుకున్నాడు.

రాత్రి పదింటికి ఏదో డెలివరి ఇచ్చేసి గది దగ్గరికి వచ్చేసరికి కింద కాంపౌండ్ దగ్గరే ఓనర్‌గారు అటూ ఇటూ వాక్ చేస్తూ కాచుకునుండడం చూసిన సందేశ్‌కి గుండె గుభేల్‌మంది. అటూ ఇటూ చూసాడు. చుట్టుపక్కల వేరే ఎవరు కనబళ్లా! హమ్మయ్య అనుకున్నాడు. దడదడలాడుతున్న గుండెని చిక్కబట్టుకునే ప్రయత్నం చేస్తూ, గేటు తీసి, ''నమస్కారం సర్, భోజనం అయిందా?'' అన్నాడు.

''ఇంకా లేదయ్యా. ఒక ముఖ్యమైన విషయం గురించి నీతో మాట్లాడాలి అనుకుంటూనే వున్నా. ఎలాగూ వెన్నెల రాత్రులు కదా? అందుకే నువ్వొచ్చేదాకా హాయిగా వాకింగ్ చేస్తున్నా'' అన్నారు.

సందేశ్‌కు ఆ క్షణంలో ఏం మాట్లాడాలో తోచలేదు. 'అయ్యో, మొన్ననే చెప్పేయాల్సింది. ఇప్పుడేం చెప్పాలి. ఇప్పుడు ఎలా సంజాయిషి ఇచ్చుకోవాలి దేవుడా' అని లోలోపలే దేవుడికి దండాలు పెట్టేసుకుంటున్నాడు.

ఓనర్ రఘురామ శట్టిగారు, ''మరేం లేదు సందేశా, ఈ విషయం నీతో చెప్పాలని మొన్నటి నుంచీ అనుకొంటున్నాను. ఇక ఎండాకాలం వచ్చేస్తోంది. సిమెంట్ షీటు పై కప్పు కింద పడుకుంటే నిదురపడుతుందా? పోయిన సంవత్సరమే ఆ గదికి షీట్లు తీసేసి పెంకులేయిద్దాం అనుకున్నా కానీ వీలుపడలేదు. ఇప్పుడు గది గోడలు కొద్దిగా ఎత్తు పెంచి, పై కప్పుకు పెంకులేయించేసి, రెండు ఫ్యాన్లు బిగించేస్తే బావుంటుంది కదా. అందుకని, ఓ నాలుగు రోజులు మీరూ వేరెక్కడైనా పడుకునే ఏర్పాటు చేసుకుంటే సరిపోతుంది. మీ లగేజీ అలాగే వుంచేసి వాటిపైన టార్పాలిన్ కప్పించి కాపాడే పని నేను చూసుకుంటాను, సరేనా'' అన్నారు.

తను ఇన్నాళ్లూ విపరీతంగా భయపడ్డ విషయం అసలు లెక్కకే రాక, ఉన్నట్టుండి ఇలా సంతోషకరమైన వార్త విని అవాక్కైపోయాడు సందేశ్.

ఏమీ మాట్లాడకుండా నిలబడ్డ సందేశ్‌ని చూసిన ఓనర్ శట్టిగారు, ''ఇప్పటికిప్పుడు అద్దె పెంచేస్తానేమోనని భయపడ వద్దబ్బాయ్. అదంతా వచ్చే ఏడాది చూసుకుందాంలే, సరేనా. వుంటా మరి,'' అంటూ సందేశ్ భుజం తట్టి వెళ్లిపోయారు.

వారం రోజుల నుండి విధవిధాల ఆలోచనలు, ఆదుర్దాలు, భయాలతో సతమతమవుతున్న మనిషికి ఒక్కసారి మోయలేని ఆ బరువంతా దిగిపోయినట్టయి ఒళ్లంతా తేలికపడి గోడని ఆసరాగా చేసుకుని మెట్లమీదే కూర్చుండిపోయాడు. పై నుండి బంగారు వెన్నెల కురిపిస్తున్న నిండు చందమామని చూస్తూ, తియ్యని తేనెలాంటి ఆ వెన్నెలని ఆస్వాదిస్తూ, మెల్లగా చుట్టుకుంటున్న పిల్లగాలిలో తడిసిపోయాడు.

జీవితంలో ఓడిపోయాననుకున్న పోరాటం అనూహ్యంగా గెలిచిన అనిర్వచనీయ మైన క్షణాలలో వుబికి వస్తున్న కన్నీటిని ఆపలేక, వెక్కిళ్లు పెడుతూ నిస్సత్తువగా కూర్చునే వున్నాడు సందేశ్.

Deepa Hiregutti is a lecturer by profession and also a prolific writer. 'Parimalavillada Hoogala Madhye' is her first collection of poems. Deepa is a native of Uttara Kannada district.

Badarinarayan Rupanagudi is a translator. Has translated Kannada stories into Telugu vis-à-vis. Badari's `Amé gelichindi', a translation from Kannada to Telugu, has gained critical appreciation. Along with **Deepa Hiregutti**'s story, Badari has translated **Suchitra Hegde**'s story for this Anthology.

5

లిఫ్ట్

ప్రవీణ్‌కుమార్ జి.
అనువాదం: **అశోక్ పిన్నమనేని**

"వివాహమైన ఎనిమిదేళ్లకు అయ్యగారికి మూడు వచ్చిందా?'' చల్లని గాలి వీస్తున్న సమయంలో విసుక్కున్నట్లు అను అంది. మనోహర్ ఆ మాటల్ని వినిపించుకున్నప్పటికీ, మనసులో ఏదో ఆలోచనలు ఉండడంతో మౌనంగా ఉండిపోయాడు.

మూడు నెలల క్రితం ఇన్స్ట్రుటెక్ కంపెనీలో పెద్ద ఉద్యోగం వచ్చింది. బ్యాంకు ఖాతాకు చక్కని వేతనం జమ అవుతోంది. ''డబ్బును కూడబెట్టవద్దు. అనుభవాలను సొంతం చేసుకోండి. సంతానం కోసం ఆస్తులు సంపాదించవద్దు. సంతానాన్నే ఆస్తిగా తీర్చిదిద్దండి'' అని ఎవరో చెప్పిన విషయం గుర్తుచేసుకుంటూ, ''పిల్లల్నే ఆస్తిగా చేయవచ్చు, కానీ, పిల్లలు ఉండాలి కదా? అనుభవాలను అయినా పొందుదాం'' అని మనోహర్ నవ్వుకున్నాడు. మనోహర్, అను కావాలనే సంతానాన్ని వాయిదా వేస్తూ వచ్చారు. పిల్లలో ఎలాగో పుడతాడు, అలాగే పెరుగుతారు అనే విషయంలో వారిద్దరి అభిప్రాయాలు వేర్వేరుగా ఉన్నాయి.

''బిడ్డ చాలా విలువైనది. ప్రపంచంలోని శ్రద్ధ అంతా దాని మీదే పెట్టి పెంచాలి. సంతానం పొందడం అనేది

భగవంతుడిని మెప్పించడమే. పెళ్లయిన మొదటి ఏడాది సంబరాలు చేసుకునే సమయానికి ఎటువంటి లోటుపాట్లు లేకుండా, రాకుండా, సమస్యల భారం మోసేలా లేకుండా ఉన్నప్పుడు మాత్రమే మనం పిల్లల కావాలని కోరుకుందాం అన్న'' అను మాటలకు, మనోహర్ సరే అన్నట్లు తల ఆడించాడు. వివాహమై ఎనిమిది వార్షికోత్సవాలు ముగిసినా, ఇంకా వారిద్దరూ సంతానం పొందే విషయంలో ఆసక్తి చూపించలేదు.

ఇప్పుడు మను అంటున్న విషయం పిల్లల్ని కనాలని కాదు, హనీమూన్‌కు వెళ్లే వార్త. ఇంజినీరింగ్ చదువు కోసం అప్పు, కవలలైన అక్కల వివాహాలు, సొంత ఊరు రాయచూరులో కొత్త ఇల్లు ఇవన్నీ ఇంటికి పెద్ద కొడుకుగా బాధ్యతలు ముగించిన మనోహర్‌కు తాను చేసిన అప్పు మొత్తాన్ని తీర్చేందుకు ఇన్నేళ్లు పట్టింది. ఇంటిని అద్దెకు ఇచ్చిన అమ్మా, నాన్న ఇద్దరూ పెద్ద అక్కతో కలిసి అమెరికాకు వెళ్లి అక్కడే ఉంటున్నారు. టైమ్ టేబుల్ పెట్టుకుని పదిహేను రోజులకోసారి స్కైప్‌లో వచ్చి మొహం చూపించి వెళతారు. పుట్టిన ఊరు అన్న మోహం అందరికీ ఉండాలి కదా?

చిన్న అక్కది మరో కథ. ఆమె భర్త ఉమేశ్ ఇన్‌స్టాగ్రామ్‌లో ఇప్పుడు పెద్ద ఇన్ఫ్లుయెన్సర్‌గా, కంటెంట్ క్రియేటర్‌గా చక్కని గుర్తింపు తెచ్చుకున్నాడని, ఆమె గర్వపడుతుంది. మనోహర్ చదివిన ఇంజనీయరింగ్ కళాశాలలోనే అతనూ చదివాడు. కాలేజీలో ఉండగానే ఓ పెద్ద కంపెనీకి ఎంపిక అయ్యాడు. రెండేళ్ల అనంతరం ఉద్యోగాన్ని వదిలేస్తా అన్నాడు ఉమేశ్. జనాలు కరవుతో ఉన్నారో, ఉమేశ్ చేసిన వీడియోలు అంత బాగుంటాయేమో తెలియదు.

ఇప్పటి వరకు మనోహర్‌కు అవి నవ్వు తెప్పించలేదు. అతనిపై కోపం తెచ్చుకునేందుకు మరో కారణం కూడా ఉంది. అనుకు రీల్స్ పిచ్చి ఎక్కించి, తనతో కలిసి నటించేలా చేసుకున్నాడు ఉమేశ్. ఆ తర్వాత ఆమె సొంతగా ఇన్‌స్టాగ్రామ్ ఖాతా చేసుకుని రీల్స్ చేయడం మొదలుపెట్టింది. ఇప్పుడు ఆమెకు నాలుగు లక్షల మంది ఫాలోవర్లు ఉన్నారు. ఇప్పుడు మనోహర్ను ఒక్కోసారి వేధించి, తనతో రీల్స్ చేయించి సంతోషిస్తుంది. అన్నీ వైరల్ అవుతున్నాయి.

ఆమె సంతోషంలో మనోహర్ సంతోషం కూడా ఉంది. కానీ, ఇప్పుడు మను తన ఉద్యోగాన్ని విడిచి పెట్టవలసిన పరిస్థితి రావడంతో మనుకు ఇంకేమైనా కుంగిపోయే పరిస్థితి ఎదురైంది.

2

ఈరోజు సోమవారం. కొత్త వారంలో మొదటి రోజు. ఇది తాను కోరుకున్న మెడివరల్డ్ కంపెనీలో ఉద్యోగం వస్తుందన్న సమాచారం తెలిసేది ఈ రోజే అన్నట్లే, మెయిల్ కోసం అతను ఉదయం నుంచి వేచి చూశాడు. సంధ్య క్యాబిన్‌లోకి వచ్చి, వచ్చే వారం చేయవలసిన పనుల జాబితా ఇచ్చి వెళ్లేటప్పుడు, ''అను చేసి కొత్త రీల్ వైరల్ అవుతుంది. దిష్టి తీయించుకోమని చెప్పండి. అలాగే మీరు కూడా'' అని నవ్వుతూ చెప్పింది. కొత్త ఉద్యోగానికి సంబంధించిన మెయిల్ కోసం వేచిచూసి విసిగిపోయిన మను ''ఆడవాళ్లు ఏం చేసినా జరిగిపోతుంది సంధ్యా. మగవాళ్లు మాత్రం కష్టపడి సంపాదిస్తూ ఉండాలి'' అన్నాను. ఆ సంభాషణను కొనసాగించకుండా సంధ్య క్యాబిన్ నుంచి బయటకు వెళ్లిపోయింది. ఎందుకంటే ఆమెకు కూడా రీల్స్ అంటే పిచ్చి. ఇంజినీరింగ్ పూర్తి చేసి లైట్‌మెడ్ కంపెనీలో పనిచేస్తున్న అతనికి మూడు నెలల క్రితం వచ్చిన ఇన్స్ట్రుటెక్ ఉద్యోగం అన్నీ ఇచ్చింది. దాన్ని వదిలేయాల్సిన సమయం రావడంతోనే సంధ్య బాధించింది.

శుక్రవారమే జీతం. లభించే ప్రయోజనాలు, జాయినింగ్ డేట్ రాసి సోమవారం పంపిస్తాం. కంపెనీ ఎండీ సంతకం పెట్టాలి, అని కంపెనీ నుంచి అభినందిస్తూ ఇ-మెయిల్ పంపించారు. మధ్యాహ్నం దాటినా ఇ-మెయిల్ రాకపోవడంతో కెఫెటేరియాకు వచ్చి ఫోన్ చేశాడు. అటువైపు నుంచి ''వి ఆర్ సారీ మనోహర్, యువర్ ప్రపోజల్ నాట్ అప్రూవ్డ్'' అని అటువైపు నుంచి చక్కని ఉలి ఒకటి కలల్ని ఛిద్రం చేసినట్లు బదులిచ్చిన ఒక యువతి ల్యాండ్‌లైన్ ఫోన్ పెట్టేసింది.

మనోహర్‌కు కోపం వచ్చింది. తనకున్న నెట్‌వర్కు ఉపయోగించి తనకు రావలసిన పని ఎవరు దక్కించుకున్నారో తెలుసుకునేందుకు ప్రయత్నించాడు. ఎందుకంటే, ఆ ఉద్యోగం కోసం వచ్చిన పది మంది తనకు తెలిసినవాళ్లే. నాలుగైదు కాల్స్ తర్వాత ఉద్యోగం ఎవరు దక్కించుకున్నారో తెలిసింది. గతంలో లైట్‌మెడ్లో తనకు జూనియర్‌గా రెండేళ్లు పని చేసిన ఆశిక ఆ ఉద్యోగానికి ఎంపికైందని తెలుసుకున్న తర్వాత కోపం మరింత పెరిగింది.

ఆశిక పేరు వినగానే మను ''బిచ్'' అని తిట్టుకున్నాడు. ''ఆ ఎండీ పెద్ద డబ్బా గాడు. నువ్వు నాతో పడక ఎక్కితే, ఉద్యోగానికి వచ్చి కుర్చీలో కూర్చోవచ్చు అని చెప్పి ఉంటాడు. అతని కన్నా ముందే ఈవిడ బట్టలన్నీ విప్పి పక్కకు విసిరివేసి ఉంటుంది. పెద్ద పోరంబోకు'' అని కోపంగా అనుకున్నాడు. పగటి నిద్ర రాకుండా

ఉండేందుకు కాఫీనే మరో కారణం అని తెలుసుకుని, మిట్టమధ్యాహ్నం పన్నెండు గంటలపైన తాగడాన్నే విడిచి పెట్టిన అతను, ఐదు గంటల వరకు కెఫెటేరియాలో ఉండి రెండు బ్లాక్ కాఫీలు తాగాడు. అంతలోనే వాట్సప్ అలర్ట్ వచ్చింది. ''గోవా నెక్స్ వీక్?'' అనే సందేశం కనిపించింది. ఈ ఉద్యోగంలో చేరిన మూడో నెలలో ఆఖరి వారం అని మళ్లీ గుర్తు వచ్చి, బాధ కలిగింది. అతను వాట్సాప్‌లో వచ్చిన ప్రశ్నకు సమాధానం ఇచ్చి తీరాలి. చెమటలు పట్టినట్లు గుండె మెల్లగా వణికింది. కళ్లు చెమర్చే సమయానికి, ఉదయాన్నే తిట్టించుకున్న సంధ్య, కాఫీ కప్పు పట్టుకుని ఎప్పటిలాగే నవ్వుతూ వచ్చి తన ముందు కూర్చుంది.

మను నెమ్మదిగా, ''సారీ సంధ్యా'' అన్నాడు. ఎందుకో ఆమెకు అర్థం కాలేదు. ఆమె తాను తాగుతున్న కాఫీని సగంలోనే నిలిపి "అసలు మీరే నన్ను క్షమించాలి మను. వాస్తవానికి రీల్స్ చేయమని నా భర్తను చాలాసార్లు అడిగాను. ఆయన్ను విసిగించాను. మీ రియాక్షన్ చూసిన తర్వాత మగవాళ్లకు రీల్స్ చేయడం ఎంత ఇరిటేషనో అర్థమైంది. ఇకపై ఆయనను ఊరికే విసిగించను. థ్యాంక్యూ ఫర్ యువర్ లెసన్'' అంది. 'జీవితంలో ఏం జరిగినా ఆడవాళ్లు తమకేం కావాలో దాన్నే, ఎలా కావాలో అలాగే అర్థం చేసుకుంటారు' అని మను తనకు తానే చెప్పుకుని, నవ్వుతూ ''ఇంకోసారి థాంక్స్'' అన్నాడు. ఆమె చిరునవ్వుతో ''సీ యూ'' అని చెబుతూ వెళ్లిపోయింది. ఉదయం ఆమె క్యాబిన్ నుంచి బయటకు వెళ్లిన వెంటనే సంధ్యకు 'సారీ' అంటూ ఒక మెసేజ్‌ను పంపించి ఉండవలసింది. కానీ మెసేజ్లు పంపించి మాట్లాడడం మనుకు చాలా ఇబ్బందిగా అనిపిస్తుంది. తన తప్పు ఉన్నప్పుడు, ఎదురుగా నిలబడి, కళ్లలో కళ్లు పెట్టి తప్పు తానున తప్పును కళ్లకు కట్టి ఒప్పుకుంటేనే చేసిన తప్పుకు ప్రాయశ్చిత్తం జరిగి, మనసు తేలిక అవుతుందని అతని గట్టి నమ్మకం. సంధ్యకు సారీ చెప్పి, మనసులోని భారాన్ని దించుకున్న వెంటనే, వాట్సప్ తెరచి, ''గోవా నెక్స్ వీక్'' అనే ప్రశ్నకు ''యస్'' అని మను టైప్ చేశాడు. ఈ ''యస్'' అనేందుకు ధైర్యాన్ని తీసుకువచ్చిన జీవితాన్ని జ్ఞాపకం చేసుకుంటూ ఇంకో కాఫీ తెచ్చుకుని కూర్చున్నాడు.

3

నాలుగు నెలల క్రితం తను పనిచేస్తున్న లైట్‌మెడ్ కంపెనీ బోర్డుకు కొత్త సభ్యులు వచ్చిన తర్వాత మను జీవితమే మారిపోయిందని చెప్పవచ్చు. పదమూడు, పద్నాలుగేళ్లు నిజాయతీగా ఇక్కడే పని చేసినా, తనకు బోర్డు ఏమాత్రం విలువ ఇవ్వలేదు. తన తర్వాత విధుల్లో చేరిన వారికి పెద్ద పోస్టులు

ఇచ్చి, కడుపు మండేలా చేసింది. ఇతనికి కంటితుడుపు చర్యగా "బెస్ట్ పెర్ఫార్మర్ ఆఫ్ ది ఇయర్" అనే ప్రశంసలతో పాటు వేతనాన్ని మాత్రమే పెంచారు. జీతం పెంపుతో మనుకు సంతోషాన్ని తీసుకురాలేదు. కొందరికి జీతమే అన్నిటి కన్నా ముఖ్యం అయి ఉండవచ్చు. అయితే అధికారంతో లభించే గౌరవమే జీవితానికి గొప్పగా ఉంటుందని, లైట్‌మెడ్‌కు బైబై చెప్పాలని నిర్ణయం తీసుకుని, ఉద్యోగం కోసం కొన్ని కంపెనీల చుట్టూ తిరిగినప్పటికీ, ఎక్కడా అవకాశం దొరకలేదు.

ఒకరోజు మధ్యాహ్నం భోజనం కోసం అను ఇచ్చిన చపాతీ, బీన్స్ కేర, పెరుగు, మొలకెత్తిన గింజలు తినేందుకు ఇష్టం కాలేదు. కంపెనీలో పని చేయడం ఇష్టం కాలేదు. పాతాళంలోకి జారిపోతున్న తన పరిస్థితిని దూషించుకుంటూ కూర్చున్న అతనికి, తనకు రావలసిన ఉద్యోగాలు రెండు మరో ఇద్దరికి వెళ్లాయని వాట్సాప్ ద్వారా తెలిసింది. ఇష్టం లేని కంపెనీని, అలా వెళ్లిన వారిని అప్పుడే, అక్కడే మనసులో తిట్టుకున్నాడు. మంచి కంపెనీ. బెంగుళూరులోని వరల్డ్ ట్రేడ్ సెంటర్లో ఇరవయ్యవ అంతస్తులో గాజు గోడకు ఒరుగుకుని నిలబడ్డాడు. ఒరాయిన్ మాల్ ఆవరణలో ఉన్న పెద్ద కొలనులో ఎండకు మెరుస్తున్నట్లు కనిపిస్తున్న నీటి అలలనే చూస్తూ నిలబడ్డాడు. దూరం నుంచి ఎగురుకుంటూ వచ్చిన ఒక డేగ, అందంగా కనిపించేందుకు కొలను ఒడ్డున నాటిన ఒక చెట్టు ఎండు కొమ్మపై వచ్చి కూర్చోవడం కనిపించింది. నేను కూడా గద్దను కావాలి. అందరికన్నా ఎత్తుగా ఎగరాలి అనుకుంటూ ఉండగానే తెలియని నంబరు నుంచి మనుకు కాల్ వచ్చింది.

"హలో, నా పేరు నేహ. నేను మాట్లాడుతుంది మనోహర్‌గారితోనేనా? అని అటువైపు నుంచి మాట్లాడిన మహిళతో "యస్" అని మను అన్నాడు. "హాయ్, నేను ఇన్స్ట్రుటెక్ హెచ్‌ఆర్ టీమ్ నుంచి నేహను మాట్లాడుతున్నాను" అని అంటే, మను "ఓకే" అన్నాడు.

"దక్షిణ భారతదేశంలో మేనేజరు పోస్టు ఖాళీగా ఉంది. మీకు ఆసక్తి ఉంటే దక్షిణ భారతదేశం యొక్క సౌత్ మేనేజర్ పదవికి మాకు ఓపెనింగ్ ఉంది, మీకు ఆసక్తి ఉంటే, మేము మా సౌత్ ఎగ్జిక్యూటివ్ డైరెక్టర్తో సమావేశాన్ని ఏర్పాటు చేయాలని అనుకుంటున్నాము" అని ఆమె చెప్పింది. ఆమె మాటలు విన్న అతనికి కలో, వాస్తవమో తెలియలేదు. ఎందుకంటే ఇన్స్ట్రుటెక్ భారతదేశంలో వైద్య పరికరాలను డిజైన్ చేసి విక్రయిస్తున్న టాప్ టెన్ కంపెనీలలో ఒకటి. కర్ణాటకకు ఇన్‌చార్జర్‌గా ఉద్యోగం వస్తే చాలు అనుకున్న తనకు దక్షిణాది రాష్ట్రాల బాధ్యతలు అన్నింటినీ అప్పగిస్తే ఎంత సంతోషం కలుగుతుందో, అంతే ఆనందపడ్డాడు.

'యస్' అని చెప్పిన అతనికి ''ఐ విల్ కాల్ యు బ్యాక్'' అని నేహా కాల్ కట్ చేసింది.

మను వెంటనే అనుకు ఫోన్ చేసాడు. తాను విశ్వసించే జాతక ఫలాలు అన్నీ నిజం అని అనుకు మరోసారి అనిపించింది. త్వరలోనే అను, మను జీవితాల్లో పెద్ద మలుపు వస్తుందని ఏడు రోజుల క్రితమే అతను చెప్పిన విషయం గుర్తుకు వచ్చింది. మనుకు లభించిన కొత్త ఉద్యోగం పట్ల ఆమెకు చాలా సంతోషం కలిగింది. జ్యోతిష్యుడిని ప్రశంసించడం మనుకు వినిపించింది. ''నిన్న రాత్రి కలలో నేను చక్కని డైమండ్ నెక్లెస్ వేసుకున్నాను తెలుసా?'' అని ఆమె అంది. దానికి అతను ''అంతేనా? డైమండ్ ఇయర్ రింగ్స్ లేవా?'' అంటూ నవ్వాడు. అందుకు ఆమె ''ఏమండీ, అన్నీ ఒకే సెట్లో వస్తాయి'' అంది. ''సరే, సరే'' అంటూ మను మళ్లీ నవ్వాడు. సంతోషం వెల్లివిరిసిన తన ఇంట్లో తనకు ఇష్టమైన క్యారెట్ హల్వా, దాల్ కిచిడీల ఘుమఘుమలు వంటింట్లోంచి వస్తుండడం తెలుసుకుని, ''కోరికను గుర్తించే భార్య కలిగి ఉండడం'' అనే మూడు వరుసల సర్వజ్ఞ వచనం గుర్తుకు వచ్చి స్వర్గాన్ని చేరుకున్నట్లు ఊహల్లో తేలియాడాడు.

రెండు రోజుల తర్వాత, ఏడు గంటల సమయంలో రేస్‌కోర్స్ రోడ్డు తాజ్ వెస్ట్ ఎండ్ హోటల్లో ఆరుబయటి రెస్టారెంట్లో ఇన్స్ట్రుటెక్ అమిత్తో సమావేశమయ్యాడు. మసకబారిన చీకటి, మసక వెలుతురులో నలుగురైదుగురు వెయిటర్లు, ఇద్దరు సిబ్బంది, దూరదూరంగా ఉన్న బల్లలు, కుర్చీలు ఉన్నాయి. చీకట్లను ఆవరించిన వెలుగును చూస్తూ ఓ పది నిముషాలు ఆగిన తర్వాత దూరంగా వస్తున్న మనుని చూశాడు అమిత్. అమిత్ గురించి మనుకి ముందే తెలుసు. కార్పొరేట్ సర్కిల్లో ఆయనకు మంచి పేరుంది. అమిత్ నలభై ఏళ్లు ఉండవచ్చు. మను వివిధ కంపెనీల సెమినార్లు, ప్రొడక్ట్ లాంచ్ కార్యక్రమాలలో అతన్ని కొన్ని సార్లు చూడడంతో పాటు, కరచాలనం చేసి, రెండుసార్లు మాట్లాడాడు. అమిత్ సొంత ఊరు బెంగళూరు అని తెలిసి కూడా, ఇక్కడ పుట్టిన ఇంజనీర్లు త్వరగా వృద్ధి చెందుతారని తనను తాను సమాధానపరుచుకున్నాడు. ఇంత చిన్న వయసులో అమిత్ గొప్ప పని చేస్తున్నందుకు గర్వపడ్డాడు. తనకు ఇప్పుడు ముప్పై ఐదేళ్ల వయసు. ఇంకో ఐదేళ్లు గడిచేసరికి అమిత్ చేసిన సాధనలో సగమైనా సాధించాలని అనుకుంటూ, తనకు ఈ పని దొరికితే అది మరింత త్వరగా తన కల నెరవేరుతుందని అనుకున్నాడు.

అమిత్ లేచి నిలబడి చిరునవ్వుతో మనుకి షేక్‌హ్యాండ్ ఇచ్చి కూర్చోమని చెప్పాడు. ''వీ ఆర్ హ్యాపీ టూ హ్యావ్ యూ మను'' అని నవ్వుతూ చెప్పిన అమిత్‌కు

''ప్లెజర్ ఈజ్ మైన్'' అని మను అన్నాడు. మీలాంటి వాళ్ల వల్లే మా కంపెనీ మరింత అభివృద్ధి చెందుతుందని నాకు బాగా తెలుసు'' అన్న అమిత్‌కు ''మీలాంటి కంపెనీలో అందరూ ఆటోమేటిక్‌గా బాగానే పని చేస్తారు'' అని మను అన్నాడు. ఇవన్నీ తమ జీవితాల్లో కీలకపాత్ర పోషిస్తున్న కార్పొరేట్ ప్రపంచం ముందస్తుగా ప్రోగ్రామ్ చేసి మాట్లాడిస్తున్న మాటలని ఇద్దరికీ తెలుసు. అందుకే మను ఇక్కడ ''సర్'' అనే పదాన్ని వాడలేదు. వెయిటర్ వచ్చి పక్కన నిలబడినప్పుడు ''ఏమేమి ఉన్నాయి'' అని అడిగిన అమిత్‌కు అతను ''వెజ్ ఆర్ నాన్-వెజ్ సర్?'' అని అడిగాడు. ''అయ్యో, ప్యూర్ వెజ్ చెప్పయ్యా'' అని గాబరాగా చెబుతూనే అమిత్ మెనూ చూస్తే, ''ప్రస్తుతానిక ఒక ప్లేట్ ఇడ్లీ. ఆ తర్వాత వెజ్ బిర్యానీ'' అన్నాడు. ఆ తర్వాత మెనూను మను వైపు తిప్పిన అమిత్‌తో ''ఇప్పుడేమీ వద్దు. కాసేపయ్యాక వెజ్ బిర్యానీ తీసుకురండి'' అని మను చెప్పిన తర్వాత వెయిటర్ అక్కడి నుంచి వెళ్లిపోయాడు. ''నా కోసం వెజ్ తింటున్నారా'' అని అమిత్ చిన్నగా నవ్వాడు. ''నథింగ్ లైక్ దట్. ఈరోజు గురువారం కదా. అందుకే నాన్-వెజ్ తినను'' అని మను బదులిచ్చాడు. అమిత్ నవ్వుతూ, "ఇడ్లీ నా ఫేవరెట్ స్టార్టర్" అంటూనే, మీరు ఎప్పుడు కంపెనీలో చేరతారు?" అమిత్ అడిగాడు. ''గరిష్టంగా ఒక నెల. అదికూడా నోటీసు పిరియడ్ కోసమే'' అని మను చెప్పాడు. పని విడిచి పెట్టాలంటూ ఒక నెల ముందే చెప్పాలని కంపెనీ ఆర్డర్‌ను మను గుర్తుచేసుకున్నాడు.

అమిత్ పని విషయం మాట్లాడుతూనే, "మీరు, మీ భార్య ఇద్దరూ చాలా ఫేమస్ మనూ. నేను ఆమెను ఆమె ఇన్‌స్టాలో అనుసరిస్తున్నాను. మీరిద్దరూ మంచి రీల్స్ చేస్తున్నారు'' అని చెప్పి మనును ఆశ్చర్యపరిచాడు. మను నవ్వి, "అయ్యో, అవును అమిత్. అదొక గొప్ప హింస. వద్దన్నా విడిచి పెట్టదు. భార్యలను అలిగేలా చేసి, భర్త ప్రశాంతంగా ఉండగలడా?'' అన్నాడు. అంతా ఇక్కడే రాసి ఉంటుంది అని అమిత్ తన నుదుటిని చూపించగా, ఇద్దరూ నవ్వుకున్నారు. అమిత్ కాస్త ముందుకు కదిలి కూర్చున్నాడు. ఏదో విషయాన్ని అతను చెప్పబోతున్నట్లు గుర్తించిన మను కూడా తన కుర్చీని ముందుకు లాక్కొని, ఒళ్లంతా చెవులు చేసుకుని వినుందకు సిద్ధమయ్యాడు. ''మీకు ఇప్పుడు జీవితంలో కెరీర్ కన్నా, చాలా ముఖ్యమైనది ఏమైనా ఉందా'' అని అడిగాడు. వెంటనే, మను గట్టి విశ్వాసంతో ''ఆఫ్‌కోర్స్'' ఏమీ లేదు అన్నాడు.

''గుడ్. అయితే ఈ మాట వినండి. ద డీల్ ఆఫ్ దిస్ జాబ్ ఈజ్ ఆన్, ఓన్లీ ఇఫ్ యూ ఆర్ ఓకే విత్ మై కండిషన్. ఎందుకంటే ఇది నేను మీ కోసమే కంపెనీలో

నేను సృష్టించిన కొత్త పొజిషన్. చేతి నిండా వేతనం. చాలా మర్యాద లభిస్తుంది. ఇంత కన్నా మరింకే కావాలి. పదేళ్ల తర్వాత లభించేవి అన్నీ మీకు ఇప్పుడే దొరుకుతాయి. లేదంటే లేదు. ఈ విషయం ఆలోచించండి. ఎందుకంటే, కొవిడ్ తర్వాత పరిస్థితులు ఎలా ఉన్నాయో మీకు తెలుసు కదా?'' అని అమిత్ చెబుతుంటే, మను వింటూ ఉన్నాడు. రానున్న రోజులలో నాతో పెద్ద పని ఏమైనా కావలసి ఉంటుంది. నాతో కంపెనీ షేర్లు అమ్మించే పని చేస్తాడేమో. టెండర్ వేయడమో లేదా రియల్ ఎస్టేట్ డీల్ చేసి కొత్త మ్యానుఫ్యాక్చరింగ్ యూనిట్‌కు స్థలం వెతికి పెట్టడమో చేయమని చెబుతాడేమో అనిపించింది. ఆ పనులన్నీ సులభంగా, చిటికె వేసేంతలో పూర్తవుతాయి. అతను మాటల్ని ఎందుకు ఇంత సాగదీసి చెబుతున్నాడు? అని ఆలోచించుకుంటూ మను నవ్వుకున్నాడు.

‘‘నేను మీ భార్యతో కొంత సమయం గడపాలనుకుంటున్నాను. అదొక్కటే నా కండిషన్'' అని అమిత్ మాటలకు కుటుంబంతో స్నేహం పెంచుకునేందుకే అని అమిత్ అనలేదని, షరతు అని చెప్పడంతో ‘‘అనుతో పడక పంచుకోవాలని'' కోరుతున్నాడని అర్థం చేసుకున్నాడు. వెంటనే చెప్పు తీసుకుని అమిత్ను కొట్టాలన్నంత కోపం వచ్చింది. వెంటనే కుర్చీ నుంచి లేచి, వెళ్లిపోయేందుకు మను సిద్ధమయ్యాడు. కంటి సైగతోనే అమిత్ అతన్ని కూర్చోబెట్టాడు. ‘‘చూడండి, లంచం అడిగే ప్రభుత్వ ప్రభుత్వ అధికారి తరహాలో స్థలం ఇవ్వు, డబ్బు ఇవ్వు, ఎవరైనా సెలబ్రిటీని పరిచయం చేయమని చీపుగా అడిగే వ్యక్తిని నేను కాదు. నీకు నాతో పని కావాలి. అలాగే, నాకు మీతో పని కావాలి. మీరు అంగీకరించకపోతే ఈ పని అవ్వదు అంతే. నో హార్డ్ ఫీలింగ్స్'' అని అమిత్ టకటకా చెప్పాడు. ‘ఈ నా కొడుకు నా భార్య ప్రొఫైల్ చెక్ చేసిన తర్వాతే, నన్ను ఉద్యోగానికి ఆహ్వానించాడు' అని తెలుసుకుని, అమిత్ తీరును అసహ్యించుకున్నాడు.

మను వైపు చూస్తూ అమిత్ కొన్ని క్షణాలు మాట్లాడలేదు. తనకు చెప్పడానికి ఇంకేదో మిగిలి ఉందని మను అర్థం చేసుకున్నాడు. అమిత్ కళ్లలో కొంటె చిరునవ్వు ఉందో లేదో వెంటనే మనుకి తెలియలేదు. ‘‘చూడండి, మీకు ఇక్కడ డబుల్ అడ్వాంటేజ్ ఉంది'' అని అమిత్ చెప్పి, మను తన మాటల్ని ఆలకిస్తున్నాడో లేదో అని గమనించాడు. త్వరగా ఇక్కడి నుంచి లేచి వెళ్లి, ఈ నాకొడుక్కి ‘సారీ' అని ఎప్పుడు మెసేజ్ చేస్తానో అనిపించి, అమిత్ తర్వాత ఏం చెబుతాడో అని మాట్లాడకుండా ఉండిపోయాడు. తొందరగా ఇక్కడి నుండి లేచి వెళ్లి ఈ కుర్రాడికి మెసేజ్ పంపండి, తను వింటున్నట్లుగా ప్రవర్తించడం కొనసాగించాడు. ‘‘సీ మై వైఫ్ విల్ బీ స్లీపింగ్ విత్ యూ'' అంటూ కనుబొమల్ని ఎగురవేస్తూ,

వాతావరణాన్ని తేలిక చేస్తున్నట్లు అమిత్ నవ్వాడు. నా భార్య ఇతనితో పడుకుంటే, నాకు పని దొరుకుతుంది. అయితే, దానికి అతని భార్య తనతో ఎందుకు పడుకోవాలి? అని ఒక వైపు కోపం ఉన్నా, మరో వైపు కొత్త ఆలోచన మొదలైంది. వెయిటర్ వచ్చి ఇడ్లీ పెట్టి వెళ్లాడు. తినేందుకు అమిత్ ఆసక్తి చూపించకుండా, మళ్లీ 'చూడండి' అంటూ మొదలుపెట్టిన అమిత్ చూసి అసహ్యించుకున్నాడు. ''చూడండి, మీరు షరతుకు అంగీకరించి, అంతా పూర్తయిన తర్వాత, నీ భార్య నీతో పడుకున్నప్పుడు 'ఛా... నేను ఎటువంటి తప్పు చేశాను' అని మీకు గిల్టీగా అనిపించవచ్చు లేదంటే, 'ఈమెను మరొకరు అపవిత్రం చేశారు' అనిపించి ఆమెపై అసహ్యం మొదలు కావచ్చు. అటువంటి అపరాధ భావాన్ని తగ్గించేందుకు, అలా అనిపించకుండా ఉండేందుకే ఈ అరేంజ్‌మెంట్'' అని అమిత్ చెప్పాడు.

మనుకు మనసులో ఏదో తోచింది. ''నువ్వు దీన్ని పర్సనల్‌గా తీసుకోకు. నువ్వు ఈ స్థితికి రావడానికి కారణం కూడా ఇదేనా'' అని అమిత్‌ను ప్రశ్నించాడు. అమిత్ నవ్వుతూ, ''అఫ్ కోర్స్, ఇది ఇప్పుడు మన సిలికాన్ సిటీ సంస్కృతిలో భాగం. దానినే భార్యల మార్పిడి అంటారు'' అని చెప్పాడు. ఎప్పుడో విన్న ఆ పదాన్ని ఇప్పుడు తానే దాన్ని ఎదుర్కొనవలసి వస్తుందని మను ఊహించలేదు. ''ఇది ప్రతి నగరంలోనూ, ప్రతి పట్టణంలోనూ జరిగేది, జరుగుతూ వస్తోంది. అయితే అప్పుడు దానికి ఇంగ్లీషులో ఒక మంచి పేరు లేదు అంతే'' అని అమిత్ అన్నాడు. ''నీ భార్య ఇందుకు అంగీకరించిందా'' మను ఠక్కున అడిగాడు. వెంటనే అమిత్ బిగ్గరగా నవ్వుతూ, ''ఓ ఆమె, మహా సతీమణి సావిత్రి. సీతా మాత. ఇంకా ఎవరైనా ఉంటే, ఆ పురాణ పాత్రలను గుర్తు చేసుకుని ఏడ్చింది'' అన్నాడు. ''నేను ఆమెతో ఐదు రోజులు మాట్లాడడం విడిచి పెట్టాను. అంతలోనే పురాణాల విషయమే చెప్పింది. పతియే ప్రత్యక్ష దైవం. మొగుడే దేవుడు. అతను చెప్పినట్లు వినాలి అంది. ఆమె మాటల ప్రకారం నేను చెప్పిన విషయానికి ఆమె అంగీకరించినట్లే'' అని నవ్వుతూ చెప్పాడు. కంచంలో ఉన్న చెంచాలను చేతితో అందుకుని, పాత్రలోని ఇడ్లీని విరిచి, దాన్ని ఫోర్క్‌తో సాంబారులో ముంచి ఆ ముక్కను నోట్లో పెట్టుకున్నాడు. ''అదే చివరిసారి అవుతుంది కదా?'' మను అడిగాడు. సగం ఇడ్లీ తిన్న అమిత్ ''చూడండి. బేసిక్‌గా మనం జంతువులం. మనసు రుచిని ఎలాగో కంట్రోల్ చేయవచ్చేమో. అయితే ఒంటికి ఒకసారి రుచి ఇష్టమైతే, దాని నుంచి తప్పించుకోవడం చాలా కష్టం. ఇప్పుడు మనకు కూడా, మన దినచర్యలోని ఒత్తిడిని తప్పించుకుని, రిలాక్సింగ్ అయ్యేందుకు ఒక పని. ఏ పని అయినా, కాకపోయినా, వీ ఆర్ గోయింగ్ ఫర్ ఇట్ జస్ట్ టు హ్యావ్ సమ్ ఫన్''

అన్నాడు. మనుకు అతనిపై అసహ్యం రెట్టింపైంది. రెండో ఇడ్లీ వైపు చూస్తూ, "మనూ, అందరూ ఇలాగే చేయాలి అనుకుంటారు. కానీ, వారికి సరైన అవకాశం దొరకదు అంతే'' అని అమిత్ అన్నాడు.

ఇడ్లీ ప్లేటు పక్కన పెట్టి నోరు తుడుచుకుంటూ, "వినడానికి ఇదంతా చాలా ఘోరంగా అనిపిస్తుంది. అందుకే ఇది వెంటనే జరగాల్సిన అవసరం లేదు. మీరు పనిలో చేరిన మూడవ నెల తర్వాత అయినా, నాకు పరవాలేదు. మా కంపెనీ ఇచ్చే లగ్జరీ సదుపాయాలు మొదట ఆమెకు అలవాటు చేయి. ఆమె దానికి పూర్తిగా అలవాటు పడనివ్వు. ఆ తర్వాత చెప్పు'' గ్లాసులోంచి కొంచె నీళ్లు తాగి, పుక్కిలించి, ఆ నీటిని మింగేశాడు. దీని గురించి మాట్లాడుకున్నామని అను తెలుసుకుందంటే చాలు చండిగా మారి అమిత్‌ను చంపేస్తుందని మనుకు అనిపించింది. ''చూడండి, నన్ను నమ్మండి. మీరు ఏ తప్పూ చేయడం లేదు. అందరూ బాగుంటే ఏదీ తప్పు కాదు'' అని గొప్ప తత్వవేత్త చెప్పినట్టు అమిత్ నిధానంగా మాట్లాడాడు. బదులివ్వకుండా వింటున్న మనుకు, "ఆ కిరాతకుడు ఎంత పని చేయించాడు. దొరికితే మర్డర్ చేసేస్తాను అని తర్వాత రోజులలో నీకు నా మీద కోపం రావచ్చు. అప్పుడు ''వాడు నా భార్యతో పడుకున్నాడు. నేను వాడి భార్యతో పడుకున్నాను కదా'' అనుకుంటే మనశ్శాంతి కలుగుతుంది. నన్ను నమ్మండి. అది ఎప్పుడూ మిమ్మల్ని ప్రశాంతంగా ఉంచుతుంది'' అని అమిత్ అన్నాడు. ''దొంగ నాకొడుకు. వీడు తనకు తాను సిగ్మండ్ ఫ్రాయిడ్ వారసుడ్ని అనుకుంటున్నాడు'' అని మనసులోనే మను తిట్టుకున్నాడు.

ఖాళీ ప్లేట్ తీయడానికి ఒక వెయిటర్ వచ్చాడు, "సార్ ఆర్డర్?" అని అడిగి, అతనే "రెండు వెజ్ బిర్యానీలు కాకుండా ఇంకేమైనా కావాలా సార్?" అని అడిగాడు. కరెక్ట్‌గా గెస్ చేసినట్టు అతన్ని చూసి, "అంతే చాలు" అని అమిత్ అన్నాడు. వెళ్లిపోతున్న వెయిటర్ వైపు చూస్తూ, "మొదట కన్నడ భాష తెలియని వాడినే సర్వింగ్‌కు పంపించారు. మేనేజ్‌మెంట్‌కు ఒకసారి చెప్పి, రెండుసార్లు మందలించిన తర్వాత, ఇప్పుడు కన్నడ తెలిసిన వారినే పంపిస్తారు'' అని అమిత్ అన్నాడు. ''అలాగే చేయాలి. ఇక్కడికి వచ్చే ప్రతి ఒక్కరూ బెంగళూరు కన్నడిగులదని గుర్తు చేస్తూ ఉండాలి'' అని మను అన్నాడు. ఆ మాటలకు అమిత్ ఏమీ చెప్పకుండానే, ''మనం గోవా వెళ్దాం. ఫ్యామిలీ వెకేషన్ అనుకుంటారు'' అన్నాడు. ''అక్కడికి వెళ్లిన తర్వాతే అనూకు చెప్పు. ఒప్పుకుంటే ఓకే. లేదంటే నో హార్డ్ ఫీలింగ్స్. ఆ తర్వాత ఒక నెలకు నువ్వు పని విడిచి పెడితే సరిపోతుంది'' అని చెప్పి మాటల్ని నిలిపాడు. ఈ కంపెనీ పేరు చెప్పుకుని, ఇంకో చోట పని

దక్కించుకుని, ఈ పనికిమాలిన కంపెనీ వదిలేస్తే సరిపోతుందని అనుకునేలోగా పొగలు కక్కుతూ బిర్యానీలు వచ్చాయి.

మనుకు పని దొరికేందుకు అవకాశం ఉన్న ఏ కంపెనీ కూడా ఇన్స్ట్రుటెక్ కన్నా ఉన్నతమైనది కాదు. కొత్త జీతం, సదుపాయాలు, ఇవన్నీ అను కన్నా మనోహర్‌కే బాగా ఒంటబట్టాయి. సోమరితనానికి డబ్బులిచ్చే కంపెనీని ఎలా వదిలేయాలో తెలియక మను సతమతం అయ్యాడు. త్వరలో మరో ఉద్యోగం వస్తుందని భావించిన అతనికి నెలలు గడిచే కొద్దీ కష్టంగా మారింది. అతన్ని పని చేర్చుకునేందుకు ఏ కంపెనీ ఆసక్తి చూపించలేదు. మూడవ నెల చివరి వారం అంటే, ఈ ఉదయం అమిత్ వాట్సాప్ చేసాడు. ''గోవా నెక్స్ట్ వీక్'' అంటూ.

అమిత్ ఖర్చుతో గోవా ట్రిప్ పూర్తి చేసి, నువ్వు అనుకున్నది జరగదని చెప్పి, మెల్లగా చేతులు కడుక్కుంటే సరిపోతుంది అనుకుంటూనే, బంగారం లాంటి ఉద్యోగం పోతుందన్న విషయం జ్ఞాపకానికి వచ్చి బాధపడ్డాడు. తన భార్యను మరొకడితో పడుకోబెడుతున్న అమిత్ భార్య అందవిహీనంగా ఉంటుందని భావించిన మనుకు, అమిత్ ఇన్స్టాగ్రామ్‌ను చూస్తే ఆశ్చర్యం కలిగింది. అను కన్నా అమిత్ భార్య ప్రతిమ అందంగా ఉందని మనుకు అనిపించింది. ఒక క్షణం, ఆమె తన పడకపై ఊహించుకుంటూ, సంతోషపడ్డాడు. మళ్లీ స్పృహలోకి వచ్చి తనను తాను తిట్టుకున్నాడు. వైఫ్ స్వాపింగ్‌కు ఒప్పుకోమని అనును అడగవచ్చా? అటువంటి క్షణంలో ఆమె ఏ చేస్తుంది. ఇంకేటి, ఛీ అని మొహంపై ఊసి, చంపేస్తుంది అనిపించి, భయపడుతూనే ఇంటికి వచ్చాడు.

4

ఇంటికి వచ్చిన వెంటనే అనుతో, ''అనూ, హనీమూను గోవాకు వెళదామా?'' అన్నాడు. ''పెళ్లయి ఎనిమిదేళ్లు అయిన తర్వత వచ్చిందా మూడు'' అని అను అంది. ''ఫరవాలేదు. ఆ తర్వాత వెళదాం అంటే, వయసు అయిపోతుంది కదా? అందుకే అనుభవాలను దాచి పెట్టుకుంటాను'' అంటూ డ్రస్సింగ్ మిర్రర్ ముందు నిలబడి నైటీ వేసుకుంటున్న అనూను వెనుక నుంచి వెళ్లి కౌగిలించుకుని, వెనుక ఉన్న జిప్‌ను వేసి, మళ్లీ వేశాడు. అద్దంలో తనను తాను చూసుకోలేక పోయాడు. ఆమెను చూసి, మెల్లగా నవ్వి, మెడపై ముద్దు పెట్టాడు. ''మా బాస్ అమిత్ కూడా తన భార్యతో కలిసి గోవా వెళ్తున్నారు. మన బస కూడా వారే ఏర్పాటు చేస్తారంట. అక్కడికి వెళ్లిన తర్వాత నలుగురం కలిసే తిరగవచ్చు. నువ్వు, ఆయన భార్య ఇద్దరూ మంచి స్నేహితురాళ్లు అవుతారు. గ్యారెంటీ'' అని

అద్దంలో ఆమె అందాన్ని చూస్తూ అన్నాడు. ''అక్కడ కూడా మీటింగ్, గీటింగ్ అంటూ కూర్చుంటే దెబ్బలు తింటారు'' అంటూ అతన్ని పడకపైకి నెట్టింది. అమిత్, తనపై తనకు ఉన్న కోపం మొత్తాన్ని అనులోకి మను దించేశాడు. చాలా రోజుల తర్వాత అను పూర్తిగా అలిసిపోయింది.

5

నాలుగు రోజుల గోవా పర్యటన కోసం దుస్తులతో పాటు కావలసినవి షాపింగ్ చేసి, గురువారం విమానం ఎక్కారు. పదహారు అంతస్తుల 'స్టార్ షైన్' హోటల్ ఎనిమిదో అంతస్తులో ప్రక్కనే ఉన్న గదులు. ఉదయం ఎదురుపడి నవ్వుకుని, పరిచయాలు చేసుకున్నారు. కలిసి అల్పాహారం చేశారు. కళ్ల ముందు సముద్రం ప్రశాంతంగా ఉన్నప్పటికీ, మను మనసులో సముద్రం కన్నా ఎక్కువ అలలు ఎగసిపడ్డాయి. మొదటి రోజు, భారతీయులు, ముఖ్యంగా కన్నడిగులు ఎక్కువగా ఉన్న కలంగోట్ బీచ్ దగ్గరికి వెళ్లకుండా, ఇతర వ్యక్తులతో, ముఖ్యంగా విదేశీయులు ఎక్కువగా ఉన్న బాఘా బీచ్ చుట్టూ తిరిగారు. రేపటి టూర్ గురించి మాట్లాడుకుంటూ, ఒంటిని కాసేపు ఎండ తగిలేలా చూసుకున్నారు. అందరూ బీర్లు తాగారు. సూర్యాస్తమయం కావడాన్ని చూసి, తాను కూడా మునిగిపోతున్నానని అనుకున్నాడు.

ఏడింటికి తిరిగి హోటల్ చేరుకున్నారు. ''ఈరోజు, డిన్నర్ తర్వాత?'' అని అమిత్ రిసెప్షన్ దగ్గర సైగ చేశాడు. ఇంకా, ఈ విషయాన్ని తలలో పెట్టుకుని భారాన్ని మోయడం కన్నా, జరిగే పని పూర్తి చేస్తేనే మంచిది అనుకుని, ''యస్'' అన్నాడు. ''భోజనం చేసి, అను నా గదికి వస్తే, ప్రతిమ నీ గదికి వస్తుంది. అని నిర్ణయించుకోండి. భోజనం ముగించు. ఆ తర్వాత అను నా రూంకి రానివ్వు, ప్రతి నీ రూంకి వస్తుంది. మనం అటూ, ఇటూ తిరగవద్దు'' అని అమిత్ అన్నాడు. భోజనం అయ్యాక, ''అను ఒప్పుకోవడం లేదు సారీ'' అని వాట్సప్ చేస్తే సరి అని మనసులో అనుకుని, ''సరే'' అని చెప్పాడు. ''భోజనానికి కలుద్దాం'' వారి గదుల్లోకి వెళ్లారు. ''నేను నా భార్య మానాన్ని తాకట్టు పెడుతున్నాను'' అనే ఊహే మనును చంపేస్తోంది. అచ్చమైన తెలుగులో అనుకున్న ఈ మాటే హృదయ విదారకంగా ఉండడం ఇదే మొదటిసారి. అనుకు ఏమీ చెప్పకుండా చచ్చిపోవాలి. ఎందుకని అడిగితే ఒక్కసారిగా నోరు తెరిచి ఇదంతా చెబుతూ ఉంటేనే గుండె ఆగిపోతుంది అనిపిస్తుంది. తన ఐడియాను అంగీకరించిన అను ఊపిరికి నేను చేసిన మోసం ఇది. ఇటువంటి దానికి అంగీకరించి, పనిలో చేరడమే పెంట తినే

పని. దానికోసం అయినా ఆమెకు అన్నీ చెప్పి, ఆమెకు చాలు అనిపించేంత వరకు ఆమె చెప్తుతోనే కొట్టించుకోవాలని అనిపించింది.

స్త్రీలు ఇద్దరూ దుస్తులు, ఆహార్యంలోనే తమ అంతస్తు చూపించాలని చక్కగా అలంకరించుకున్నారు. ఇంతకు ముందే మాట్లాడుకున్నట్లు ఇద్దరూ ఎర్ర చీరల్ని అందంగా కట్టుకున్నారు. అందంగా కనిపిస్తూనే డిన్నర్‌కు వచ్చారు. గోవా తిరిగి వచ్చింది వీరు కాదన్నట్లు కొత్తగా కనిపించారు. మగవాళ్లు ఇద్దరూ ఫార్మల్స్ వేసుకుని వచ్చారు. అను అందానికి అమిత్ వశీకరణకు గురయ్యాడు. ఏసీ రెస్టారెంట్లోని చల్లదనం మధ్యలోనే భోజనం చేసి లేచారు.

తను అనుకు ఏ విషయం చెప్పలేదన్న విషయం జ్ఞాపకం చేసుకున్న మనుకు గుండె కిందకు జారిపోయింది. తన పరిస్థితి ఆమెకు తెలియకూడదని నవ్వుతూ అడుగు వేస్తూ లిఫ్ట్ వద్దకు వచ్చి ఎక్కాడు. లిఫ్ట్ నేరుగా నరకానికి తీసుకెళ్తున్నట్టు అనిపించి మనుకు ఒళ్లంతా చెమటలు పట్టాయి. అతని ఒంటికి చెమట పట్టనట్లు చూసి లిఫ్టులో ఉన్న ఫ్యాన్ బటన్ నొక్కింది. మను ఆమెను ప్రేమతో చూస్తూ, చిన్న నవ్వుతో నాకేం కాలేదు అన్నట్లు సైగ చేశాడు. అమిత్, అతని భార్య ఇద్దరూ అను తీసుకున్న జాగ్రత్తకు సంతోషించారు. హోటల్లోని తమ ఫ్లోర్‌కి చేరుకోగానే ఆడవాళ్లు ఇద్దరూ తమ తమ గదుల్లోకి వెళ్లిపోయారు. అదీ, ఇదీ మాట్లాడుకుంటున్నట్లు మగవాళ్లు ఇద్దరూ కారిడార్లోనే నిలబడ్డారు. ''ఇప్పుడు పది నలభై అయిదు. సరిగ్గా పదకొండుకు పంపించు'' అని తన గదికి అమిత్ వెళ్లిపోయాడు. తాను ఆమెకు ఏమీ చెప్పను కదా. ఎందుకు భయపడాలి. చెమట తుడుచుకుని, అడ్డుగా ఉన్న ఊచల్ని పట్టుకుని నిలబడి, చాలా సేపు మెల్లగా ఊపిరి పీల్చుకున్నాడు.

అనూ తన గది నుంచి బయటకు చూసి మళ్లీ ఆఫీస్ విషయాలను మాట్లాడుకునేందుకే తన భర్త నిలబడ్డాడన్నట్లు అను విసుగ్గా చూడడం మనుకు కనిపించింది. మను మెల్లగా తన గది వైపు అడుగులు వేస్తూ, తడబడ్డాడు. అను పరిగెత్తుకుంటూ వచ్చి అతన్ని పట్టుకుంది. ''ఏం జరిగింది?'' అంటూ అగిడిన ఆమె ప్రేమ నిండిన కళ్లలోకి చూపు కలిపి ''ఏమీ లేదు'' అన్నాడు. ''సమయం పదకొండు గంటలైంది అని తెలిపేలా హోటల్లోని పెద్ద గడియారం గంటలు కొట్టింది. ఏదో చప్పుడు అయినట్లు అనిపించి తిరిగి చూసిన అతనికి ప్రతిమ ఆమె గది నుంచి బయటకు రావడం కనిపించింది. గుండె అనుకున్న దానికన్నా ఎక్కువ కొట్టుకున్నట్లు అనిపించింది. అమిత్‌కు త్వరగా మెసేజ్ చేయాలని అనిపించి,

ఏం చేయాలో తెలియక గింజుకున్నాడు. మను చేతిని అను పట్టుకుని ఉండటాన్ని చూసిన ప్రతిమ కంగారుగా వారివద్దకు పరుగెత్తుకుంటూ వచ్చింది. ''ఏమీ కాలేదు'' అని అను చెప్పింది. ప్రతిమా చిన్నగా నవ్వుతూ, ''డోంట్ వర్రీ. ఐవిల్ టేక్ కేర్ ఆఫ్ హిమ్'' అని కన్ను గీటుతూ మనోహర్‌ను మెల్లగా పట్టుకుంది. మనుకు ఏమీ అర్థం కాక, నోరు పిడచగట్టుకు పోయింది. అను ఒక్కసారి మను కళ్లలోకి చూసి, తాను పట్టుకున్న మను చేతులను ప్రతిమకి అప్పగించి, అమిత్ రూమ్ వైపు నడిచింది.

అను ఎర్రటి పాయింట్ హీల్డ్ చెప్పులు నేలపై టక, టక అని చేస్తున్న చప్పుడు మను ఛాతీకి తగులుతున్నాయి. వెనుక నుంచి బిగించి ముడి వేసిన ఒక అంచు గుడ్డ మాత్రమే కప్పి మిగిలిన భాగమంతా నగ్నంగా ఆమె వెన్నును మను అర్థం చేసుకోలేకపోతున్నాడు. అతని నుదిటికి చెమటలు పట్టాయి. అతని కళ్లు బైర్లు కమ్ముతుండగా, మెదడు మొద్దుబారిపోయింది.

Praveen Kumar G., a younger-generation short story writer, is a native of Bellary district. He is actively engaged in the Kannada film industry and recently directed a movie `Amara Premi Arun'. He has published a short story collection, `Yede'.

6

వెలుగుదారికి వంతెన

సుచిత్రా హెగడె
అనువాదం: **బదరి రూపనగుడి**

కలకత్తా మహానగరం, సోనాగాఛీ ప్రాంతం. చీకటి నిండిన, ఇరుకైన గల్లీలు, సందుగొందులు రాత్రి మొదలవుతుండగా ఒళ్లు విరుచుకుంటూ నిద్రలేస్తాయి. పగటిపూట చూస్తే అక్కడ గుట్కా, పాన్‌బీడా, ఖైనీ మరకలతో నిండిన గలీజు గల్లీలు గాలికి ఊగుతున్న ఆరేసిన బట్టల వరసలతో, ఆ పక్కనే వున్న రైలుపట్టాల దగ్గర ఆడుకుంటున్న చిన్నపిల్లల ఆటలు, అరుపులతో కనిపిస్తుంది. అది తప్ప మిగతా జీవచైతన్యపు గుర్తులేవీ కనపడవు.

కానీ... చీకట్లు ముసురుకొంటున్న సాయంకాలం మొదలవగానే అడ్డదిడ్డంగా వేసుకున్న చీప్ క్లాస్ మేకప్లతో, మెరుపుల చీరలు కట్టిన నడివయస్సు మహిళలు ముందుగా వీధుల్లో ప్రత్యక్షమవుతారు.

తరువాత కొంచెం నాజూగ్గా అలంకరించుకొని, చీరలు మాత్రమేకాక రకరకాల డ్రెస్సు లేసుకొని కాటుక కన్నుల, లిప్‌స్టిక్ పెదాల అమ్మాయిలు పంజరాల్లోంచి వీధుల్లోకి వచ్చే వేళకి పరిసరాల్లో టాక్సీలు రావటం మొదలవుతుంది.

చివరిగా ఇంకా సరిగ్గా మొహం కడుక్కోకుండా రేగిన జుట్టు, కట్టుబట్టల్తో అప్పటికప్పుడు ఇంట్లోంచి గెంటేసారేమో అన్నట్టు నిదుర కళ్ల, లేతవయసు పిల్లలు, అగ్గిపెట్టెల్లాంటి గదుల్లోంచి బయటపడి, వచ్చీరాని నవ్వు పులుముకొని వాకిళ్లలో నిలడటంతో ఆ సోనాగాఛీ మొత్తం వాళ్లందరి పెదాలపై పులుముకున్న గాఢమైన రంగులతో ఎర్రబారుతుంది.

సరిగ్గా అప్పుడు సారాయి అంగళ్లల్లోంచి చివరి బ్యాచ్ మెల్లగా లేచి బయల్దేరుతుంది.

బాలీవుడ్ పాటలు, రంగురంగుల మెరుపుల గొలుసులు, గల్లీల మోరీల్లోని దుర్వాసన, అక్కడి ఆడవాళ్ల ఒంటిపైని అత్తర్ల పరిమళం అటూ ఇటూ ఆటగా తిరుగుతున్న మగపురుగుల నోళ్లల్లోని జర్దాకిల్లీ, గుట్కా, ఖైనీ వాసనలు, తాగుబోతుల మాటలు, కేకలు... ఇవన్నీ ఒకటికొకటి కలిసిపోయిన వింత పరిమళం సోనాగాఛీ అంతటా అలుముకుంది.

కలకత్తా మహానగరమే జీవమున్న క్యాన్వాస్ అనుకుంటే, అందులో సోనాగాఛీ అన్నది మంచు కురిసే వేళల్లో తీసిన ఫోటోలా మసక మసకగా కనీకనిపించక, పేరుందో లేదో తెలియక, వందల వేలమంది అక్కడ తిరుగుతున్నా ఎవరికి ఎవరూ పరిచయస్తులు కానటువంటిది. ఒక్క పొట్టకూటికి ఆరాటం తప్ప ఇంకే రకమైన అస్తిత్వమూ అక్కడ ఏ మూలలో వెదికినా దొరకదు.

సోనాగాఛీలోని గల్లీలు, ఒక వైకుంఠపాళీనో, చదరంగం గళ్లలాగానో తికమక పెడతాయనిపించినా అక్కడి బతుకు లెక్కలు మాత్రం చాలా సరళమైనవి, సులభమైనవి. భోజనంలో చేపలు, భోజనమయ్యాక పాను, పరవడానికి అక్కడే ఇరుక్కుపోయిన ఆడవాళ్ల చీర కొంగులు, అంతే.

పాత కలకత్తా నగరంలో పెద్ద భవంతుల్లాంటి ఇళ్ల వరుసలు కనిపిస్తుంటాయి. వీటిని 'బాడి'లని పిలుస్తారు. కానీ సోనాగాఛీలో వుండేవన్నీ కేవలం 'కమరా'లని పిలవబడే ఇరుకు కొంపలు. ఇక్కడి బ్రతుకులలాగ 'కమరా'లలో అంతా చాటూ బయలు. పది బై పన్నెండడుగుల 'కమరా.' పై భాగం డ్రాయింగ్‌రూం. మధ్యలో వంటిల్లు, కింది భాగం అటాచ్డ్‌బాత్రూంతో పాటు బెడ్‌రూంగా వుపయోగిస్తారు. మొత్తం మూడు భాగాల పైన సీలింగ్‌లో గిరగిరా తిరిగే ఫ్యాన్‌తోపాటు ఎర్రరంగు బల్బు మూడు భాగాల లోనూ వెలుగు నింపే ప్రయత్నం చేస్తుంటుంది. గోడకు అమర్చిన స్టాండ్‌పైన టీవీలో కరెంటు వున్నంతసేపూ బెంగాలీ భాషలో ఏదో ఒక కార్యక్రమం గోలగోలగా వస్తూనే

వుంటుంది. అక్కడో మూలన గోడకు వున్న దేవుడి ఫోటోలతో బాటు వున్న పెద్ద అద్దం ఆ గది మొత్తం కనిపిస్తుంటుంది. అద్దం క్రింద బీరువాలోని అరలో లిప్‌స్టిక్, పౌడర్, స్నోలాంటి తక్కువ వెల మేకప్‌సామాన్లు వుంటాయి. దానికింద అరల్లో పాత్రలు, వగైరాలన్నీ సర్దుకుంటాయి. ఆ బీరువా పక్కనే స్టాండుపై వున్న చిన్న ఫ్రిడ్జ్ తలుపు తీయగానే గుప్పుమని చేపలవాసన కొడుతుంటుంది. ఆ పక్కనే చిన్న టేబిల్ పైన వండుకోవడానికి స్టవ్.

కమరాలో ఇక మిగిలిన స్థలమంతా మంచం, దానిపై లావుపాటి పరుపు, ఆ పరుపు పైన ఎప్పుడూ ఉండే పూలపూల బెడ్‌షీటు ఆక్రమించేసుకునుంటాయి.

అదే గదిలోని ఓ మూలన స్నానానికి, పాత్రలు తోముకోవడానికి ఓ చిన్న బచ్చలి. మరుగు కోసం దానికి ఒక పరదాలాంటిది వున్నా, రోజుకు మూడు నాలుగుసార్లు స్నానాలు గట్రా చేయాల్సి రావడంతో ఆ పరదా ఎప్పుడూ ఓ మూలకు ఒరిగి వుంటుంది.

అక్కడే వున్న ఒకే ఒక కుళాయి, అందులో రోజుకొక గంటసేపు పారే గంగాజలం రోజంతా అక్కడ పోగయ్యే పాపాల్ని కడగడం కోసం కొంచెం జోరుగానే పారుతుంది. ఆ నీళ్లు నింపిన బకెట్లు మంచం కింద నుండి తొంగి చూస్తుంటాయి.

ఇవన్నీ ఇరుగ్గా గందరగోళంగా అనిపించినా, దేవుళ్ల పటాలకే అక్కడ కాస్త అగ్రస్థానం అనిపిస్తుంది. అద్దం స్టాండుకు ఇరువైపులా గోడకే కాకుండా పక్కన గూట్లోనూ, దుర్గా, కాళీమాత బొమ్మలు బంతిపూల హారాలతో చమ్కీల కొంగులతో దర్శనమిస్తాయి.

కానీ... ఆ పక్కనే ఒక మూల గోడపైన చిన్నపిల్లల ఫోటోలు ఆ కమరాకు, అక్కడి వాతావరణానికి ఏమాత్రం పొందక, చూడగానే ఇబ్బంది కలిగించేలా, బాధపెట్టేలా కనిపిస్తుంటాయి.

పాత చీరనే కర్టెన్‌గా కప్పున్న చిన్న కిటికీలోంచి కనపడే బయటి ప్రపంచం కూడా దాదాపు ఇలాంటిదే.

ఆ సోనాగాఛీ ప్రపంచపు లెక్కలేనన్ని గదుల్లో ఇలాంటి ఓ గదిలోని మంచం మీద పడుకుండిపోయిన 'పారో' సాయంకాలమైనా గదిలోంచి బయటికి రాక అప్పటికి వారంరోజులైంది. జ్వరం, దగ్గు, విరేచనాలు అంటూ ఒక్కొక్కటే మెల్లమెల్లగా ఒంట్లో చేరుకున్న జబ్బులు పారో రోజువారి సంపాదన ఇన్ని రోజులు ఆపేసాయి. ఇది చాలదన్నట్టు సోనాగాఛీ ఆడవాళ్ల కోసమే పనిచేస్తున్న ఉషా

సహకార సంఘం బ్యాంకులో పారో దాచుకున్న పొదుపు మొత్తం వైపు కూడా మెల్లిగా చేతులు చాస్తున్నాయి,

ఆరోజు ఇక బయటికి వెళ్లక తప్పదనుకుని ఓపిక తెచ్చుకొని లేచి కూర్చుంది. మొహం కడుక్కుని మెల్లిగా అలంకరించుకోవడం మొదలుపెట్టింది. ఒక్కసారి రెడీ అవటం, అలంకరించుకోవడం మొదలవగానే పారోకు ఎక్కడలేని ధైర్యం, ఆత్మవిశ్వాసం వచ్చేస్తుంది. తనలోని లోపాలు, బలహీనతలు అన్నీ దాచేలాగా మొహానికి ఫౌండేషన్ క్రీం రాసుకుంది. జీవితంలో చీకటినంతటిని దోసిళ్లతో పట్టి అతలికి పడేసినట్టు కళ్లల్లో వెలుగు నింపుకుంది. కడుపులో దాచుకున్న మంటల ఎరుపు పెదవులపై తెచ్చుకున్నట్టు గాఢమైన రంగు పూసింది. వాటికి లేని నవ్వులద్దింది.

పారో చూడ్డానికి ఛామనఛాయతో, తీర్చిదిద్దినట్టున్న మొహం, పెద్ద కళ్లు, నుదుటి మీద ఎర్రటి పెద్ద బొట్టు చూసినవాళ్లు తనని బెంగాలీనే అనుకుంటారు. కానీ ఆమె 'మై ఆతే... తూ జాతే....' అంటూ హిందీలో మాట్లాడేసరికి, 'యేతో మద్రాసీ హై,' అనేస్తారు. నిజానికి పారో మదరాసీ కాదు. కానీ దక్షిణ భారతంలో ఎక్కడివారైనా అక్కడ మద్రాసీలే. అక్కడికి వందలమైళ్ల దూరంలోని కర్నాటక బెల్గాం జిల్లా సౌదత్తి అన్న వూళ్లోని బజ్జీలంగడి ఎల్లప్ప కూతురు పార్వతి అన్న విషయం ఏనాడో మరచిపోయి, ఇక్కడి బెంగాలీల నోళ్లలో 'పారో'గా స్థిరపడిపోయింది.

ఒకరోజు వున్నట్టుండి జర్దాకిళ్లీ నములుతూ బాబు, ''ఇంకా ఎన్నాళ్లిలా అవస్థ పడతావు. మున్నీ తొందరగా రెడీ అవకపోతే నీకు కష్టమే,'' అన్నాడు. లావుపాటి ఛాదర్ కప్పుకుని పడుకున్న పారో లోలోపలే వణికిపోయింది.

బాబు నోటి నుండి ఈ మాట రాకూడదని, తన వూరి దేవత 'సౌదత్తి ఎల్లమ్మ' అమ్మవారిలా కనిపించే కాళీమాత ఫోటోకి లెక్కలేనన్ని సార్లు దండం పెట్టుకునేది.

''ఏయ్, ఏం మాట్లాడుతున్నావ్. మున్నీ ఇంకా చిన్నపిల్ల బాబు. నీ పని చూసుకో పో...'' అన్నది క్షీణమైన స్వరంతో.

''అయ్యో, అమ్మాయిలు చిన్నగా వుంటేనే బావుంటుంది కదా. నీకు నేను కొత్తగా చెప్పాలా? బస్తీలో పుట్టిన ఆడపిల్లలు ఏదో ఒకరోజు ఈ సోనాగాఛీ గల్లీలో నిలబడాల్సిందే కదా?'' బాబు గొణుగుతూ పాత్రలు తోమటం మొదలెట్టాడు.

సోనాగాఛీలోని 'బద్నామ్ గల్లీ'లోనే గత ఇరవై ఏళ్లుగా పారో జీవితం గడచి పోతోంది. ఎప్పుడో ఒకసారి 'హౌరా బ్రిడ్జి' దగ్గరకెళ్లి అలా చూస్తూ

నిలబడిపోయింది. 'చీకటి నిండిన తమ జీవితాలకు ఇలా వెలుగుదారులకు తీసుకు వెళ్లగలిగే అందమైన వంతెన ఒకటుంటే, తన చిన్నారి మున్నీ చేతిని పట్టుకుని, 'హే జిందగీ... గలె లగాలే... అని పాడుకుంటూ వెళ్లిపోయేవాళ్లం కదా,' అని నిట్టూర్చేది.

సౌదత్తిలోని బజ్జీలమ్మే అంగడి యజమాని, జమదగ్నిలా కోప్పడే యల్లప్ప, మొగుడిపై కోప్పడలేక ఆ అక్కసునంతా పిల్లలపై గుమ్మరించే రోణవ్వ, వీరి నలుగురు పిల్లలలో పెద్దది పార్వతి. చింపిరి జుట్లు, చీమిడి ముక్కులతో తిరిగే తమ్ముడు, చెల్లెళ్లను చూసుకున్నవే చిన్నప్పటి జ్ఞాపకాలు. సాయంత్రమయ్యేసరికి, తనకంటే పెద్ద సైజున్న బజ్జీలు వేగించే కడాయిని బూడిదతో రుద్ది రుద్ది కడగాల్సి వచ్చేది.

రోజూ రాత్రికి ఫుల్లుగా తాగి వచ్చే నాన్న ఆరోజుకు మిగిలిన బజ్జీలు ఒక్కొక్క ముక్క తనకు తినిపిస్తూ తనని ఒళ్లు హూనమయ్యేలా ముద్దు చేయడం అప్పుడప్పుడూ కలల్లో కూడా గుర్తుకొచ్చి వులిక్కిపడేది. కానీ, నాన్నగారి ముద్దూ ముచ్చటా ముగిసాక, ధుమధుమలాడే అమ్మ చేతిలో పడే దెబ్బలు ఎందుకో అర్థమయ్యేవి కావు.

ఎప్పుడూ చంకలో తమ్ముణ్ణో, చెల్లెల్నో ఎత్తుకుని నిలబడి స్కూలుకు వెళుతున్న తన ఈడు పిల్లల్ని ఆశగా చూస్తూ వుండడం వరకే పార్వతికి చదువుకూ ఏర్పడ్డ సంబంధం.

ఇక్కడి దుర్గాపూజ వచ్చినప్పుడు తన వూళ్లోని 'వనదేవి పున్నమి' జాతర గుర్తు కొచ్చేది. ఆ జాతరలోనే కూలిపని మీద అక్కడికొచ్చిన ఒడియా అబ్బాయి బిజు పరిచయమవటం జరిగింది.

ఎప్పుడూ సరిగా కడుపునిండా తిండిలేక, తిట్లూ దెబ్బల మధ్య విలవిల్లాడుతూ, చిన్ని సంతోషాలు, ఆనందాలు అంటే ఏమిటో కూడా తెలీకనే పెరుగుతున్న పార్వతికి బిజూగాడి చూపులు, మాటలకంటే చేతిలో చెయ్యేసి వాడేదో ప్రమాణం చేసినదానికంటే జాతరలో వాడు ఇప్పించిన తినుబండారాలు భలే నచ్చేసాయి. అప్పుడు పార్వతి వయసు పన్నెండో, పదమూడో ఏళ్లుండొచ్చు, అంతే. ప్రేమా, దోమాలాంటి కలల కంటే కూడా రకరకాల, కొత్త కొత్త చిరుతిళ్లు, వాటిపై ఆశ, ఆకలి ఆరాటమే ఎక్కువ.

తనతో వున్న తమ్ముడు చెల్లెలు ఏడుస్తూ వుంటే వాళ్లకి బత్తాసు పొట్లం ఇచ్చి జాతర్లోనే వదిలేసి, బిజూతో కలిసి లారీ ఎక్కి పూనాకి పారిపోయింది పార్వతి.

అక్కడి నుండి కలకత్తా రైలెక్కారు ఇద్దరూ. రైల్లో అమ్మకానికొచ్చిన సమోసా, పాప్డి, కచోరి... వచ్చినవన్నీ ఆశగా, ఖుషీగా తినేస్తూ బిజూతోపాటు ఆనందనగరి కలకత్తాపురి చేరుకొని ముందుగా చూసిందే గంగానదిపై హౌరా బ్రిడ్జి. మొదటిసారి చూడగానే ఆ వంతెనపై చెప్పలేనంత ఇష్టం కలిగింది. అక్కడ్నించి వస్తున్నపుడు మళ్లీ మళ్లీ వెనక్కి తిరిగి చూసింది. బిజూ చేతిని గట్టిగా పట్టుకొని కిక్కిరిసిపోయిన కొల్కత్తా వీధుల్ని అబ్బురంగా చూస్తూ నడిచింది. కానీ ఆ వీధులు దాటుకుని ముందుకు రాగానే తనని తీసుకొచ్చిన బిజూగాడి వరస మారిపోవడం తెలుస్తోంది. ఎక్కడెక్కడికో తీసుకెళుతూ ఎవరెవరితోనో తనకి అర్థం కాని బెంగాలీ భాషలో మాట్లాడుతూ చివరికి సోనాగాఛీ గల్లీలోకి తీసుకొచ్చాడు. ఏమవుతుందో తెలిసేలోపు ఎవరో 'ఘర్‌వాలీ మాశీ'కి పార్వతిని అమ్మేసి మాయమై పోయాడు.

కొన్నిరోజులు పార్వతిని బాగానే చూసుకొంది ఆ ఘర్‌వాలి. కడుపునిండా తిండి, కంటినిండా నిద్రా వల్ల కొన్నాళ్లకే పార్వతి ముద్దుగా, బొద్దుగా తయారైంది. అప్పుడు రీటా మాశీ పార్వతిని దగ్గరికి తీసుకొని, ''బేటా, సోనాగాఛీ అంటేనే సోనే కా పేడ్... బంగారపు చెట్టు. ఇక్కడ డబ్బు సంపాదించే ఆడది సోనే కీ చిడియా లాంటిది,'' అని పార్వతికి బోధించింది.

తానే దగ్గరుండి పార్వతిని ముస్తాబు చేసింది.

''ఆంఖోంకీ మస్తీ ఔర్ హోటోం కా నమీ సే ఆద్మీకో బులానా హై. (కళ్లలో మెరుపు, పెదాలపై తడి, వీటితో మగవాడిని రప్పించుకోవాలి.) నజాకత్ కా జాల్ మే షపానా హై,'' ఇలా గిరాకీలను ఆకర్షించే కిటుకులు చెప్పింది. కానీ మొదట్లో పార్వతి ఒప్పుకోక ఎదురుతిరిగితే రీటా మాశీ కాలీఘట్ కాళీమాతలాగా చిన్నారి పార్వతిపై విరుచుకుపడింది. భయపెట్టింది, బెదిరించింది. తిండి తిప్పలు లేకుండా గదిలో పెట్టి తాళం వేసేసింది. విధిలేని పరిస్థితుల్లో పార్వతి దారికొచ్చింది.

బంగ్లాదేశ్, నేపాల్, యూపీ, బీహార్ ఇలా ఎక్కడెక్కడినుండో వచ్చిన తన ఈడు ఆడపిల్లలు ఇదే దందాలో వుండడం, వాళ్లతో కలిసి బ్రతుకుతూ పార్వతి కూడా 'ఆ జీవితంలో' సర్దుకుపోయింది.

సోనాగాఛీలో గడిపే ప్రతి నిమిషం, ప్రతి గంట, అప్పుడప్పుడూ 'ఫుల్‌నైట్'కు ఇవ్వాల్సిన డబ్బు, రేట్‌లిస్ట్ నోటికొచ్చేసింది. కొద్దిపాటి హిందీతోపాటు బెంగాలీ పదాలు నేర్చుకుంది. తన వంతు గిరాకీల బిజినెస్ తొందరగా ముగించేసేది. ఇలా కొన్నేళ్లు తొందర తొందరగా పనిచేసి డబ్బు కూడబెట్టుకుని, తన వూరికెళ్లి పోతే చాలు దేవుడా అనుకునేది. కానీ అక్కడే ఎన్నో ఏళ్ల నుంచి వున్న పెద్ద వయసు

ఆడవాళ్లు పార్వతి మాటలు విని, ''ఈ సోనాగాఛీలోని మనలాంటి వందలాది ఆడోళ్లందరి కథా ఇదేనమ్మా,'' అని గట్టిగా నవ్వేసేవాళ్లు. రీటా మాశీ, ''సోనాగాఛీలోని గల్లీల్లోకి ఒక్కసారి అడుగుపెట్టిన ఆడదాని కథ అంతే. మళ్లా ఇక్కడ్నుంచి బయటపడేది చచ్చాకే,'' అనెప్పుడూ అంటుండేది. కొన్నేళ్లకి ఆమె చనిపోతే ఆమెతో వున్న అగర్‌వాలి, మద్రాసి, నేపాళీ, బెంగాలీ అమ్మాయిలందరూ వాళ్ల వాళ్ల సంపూలతో చేరిపోయారు. పారో మాత్రం అప్పటికే పరిచయమైన శీతరంజన్ దాస్ అలియాస్ బిపా అనే దల్లాళీబాబును పట్టుకుని తనొక్కతే ఒక కమరా అద్దెకు తీసుకొంది. సోనాగాఛీలో ఈ బాబు పరిచయం, రక్షణ దొరకడం గొప్ప విషయమే. ఎందుకంటే ఇకపై సాయంత్రం కాగానే వీధిలో నిలబడి గిరాకీలను పిలిచే తలనొప్పి తగ్గిపోతుంది.

అప్పటికే పారోకు ఒక్క చూపులోనే గిరాకీల జాతకమంతా చెప్పేయగల నేర్పు వచ్చేసింది. కొత్తవాడా, పాతవాడా, డబ్బులున్నోడా, డబ్బుల్లేనోడా, వూరికే చూడ్డాని కొచ్చాడా ఠక్కుమని చెప్పేసేది. వీళ్లంతా ఓకే, కానీ ఎప్పుడో ఒకసారి తగిలే శాడిస్టులు, వూరికెనే తమని హింసించే వాళ్లంటే మాత్రం మండిపడేది.

చిన్నప్పుడు తన తండ్రిని అనలేని, అనరాని మాటలన్నీ కలిపి తిట్టేసేది. అంతేకాదు, చుట్టుపక్కలున్న స్నేహితురాళ్లందరనీ పోగేసి వాడి దుంప తెంచేసి, ఇంకోసారి బస్తీలోకి రానీయకుండా చేసేది.

అప్పటికి పారో జీవితంలో బహుశా అది సంతోషకరమైన సమయమే అనుకో వచ్చు. ఆ జీవితంలో తనకో కూతురు పుట్టింది. తన వూరి దేవత సౌదత్తి ఎల్లమ్మ పేరే కూతురికి పెట్టుకుంది. కానీ, చుట్టుపక్కల వాళ్లందరూ ముద్దుగా మున్నీ అనే పిలిచే వాళ్లు. దుర్గాపూజ సమయంలో దుర్గాదేవి ప్రతిమ తయారుచేయడానికి గంగాతీరం నుండి తెచ్చిన మాటీ(మట్టి)తో పాటు సోనాగాఛీలోని 'పుణ్యామాటి' కలిపి దుర్గా ప్రతిమ చేయడానికి అక్కడికొచ్చిన పండిత్‌జీ, ఆ సంవత్సరం పార్వతి చేతి నుండి 'పుణ్యామాటి' (పవిత్రమైన మట్టి) అడిగి తీసుకున్నాడు.

కలకత్తా మొత్తం దుర్గాపూజ కోసం ఎదురుచూసినట్టే సోనాగాఛీ కూడా ఆతృతగా ఎదురుచూసేది. సంవత్సరమంతా సంపాదించిన దానికంటే ఆ పదిరోజుల్లో ఎక్కువ సంపాదించేది పారో.

పగలంతా నిద్ర, తినడం, తాగడం వగైరాలన్నీ ముగించుకుని రాత్రి డ్యూటీకి తయారయ్యే పారోలాంటి వాళ్ల గదుల్లో వంట చెయ్యడం, బట్టలుతకడం, గదంతా చూసుకోవడానికి పనివాళ్లుంటారు. వీళ్లని 'లేనేవాలాబాబు' అంటుంటారు. 'బిపా'

పారోకు 'లేనేవాలా బాబు.' ఇల్లు చూసుకోవడమేకాక సాయంకాలం పారో పని మొదలయ్యే టప్పటికి మున్నీని బయటికి తీసుకెళ్లేవాడు. అందుకని పారో వాడికి ఇంటి ఖర్చులకి డబ్బిచ్చేది.

ఆమె దగ్గరికొచ్చే గిరాకీల్లో కొందరు భక్షీసులిచ్చే 'దేనేవాలాబాబు'లు, డబ్బున్న వ్యాపారస్తులు, ఫిరంగిలు, ఇలా చాలామంది వచ్చేవారు. ధారాళంగా భక్షీసులిచ్చేవారు.

ఇంటి బాడుగ, కరెంటు బిల్లు, కేబుల్‌బిల్లు, పోలీసుల మామూలు, ఇంటి ఖర్చులు అయ్యాక మిగిలిన డబ్బు ఉషా సహకార బ్యాంకులో పొదుపు చేసుకొనేది. సోషల్‌వర్కర్లు అప్పుడప్పుడు వచ్చి ఆరోగ్యం కాపాడుకోవడానికి సలహాలు, సూచనల ఇచ్చేవాళ్లు.

పరిస్థితులకు తగిన పద్ధతిలో గడుస్తోంది పారో జీవితం. పారో మున్నీ కోసమే బ్రతుకుతోంది. మున్నీ కోసమే సంపాదిస్తోంది. తనలాగ మున్నీ జీవితం దారి తప్పకూడదు అని దుర్గామాతకు రోజూ దండం పెట్టుకునేది.

సోనాగాఛీలో దుర్గాపూజ కంటే జోరుగా జరిగే కార్తీక పూజలో పార్వతి ప్రతి ఏడూ మొక్కు తీర్చుకొని, వూరేగింపులో ధనుచీ డాన్స్ తప్పకుండా వేసేది. దుర్గాపూజ సమయంలో చిన్నారి మున్నీతోపాటు దగ్గర్లోని 'దుర్గా పెండాల్'లన్నీ తిరిగి చూసి వచ్చేది.

రామకృష్ణ మిషన్ స్కూల్‌లో చదువుతున్న మున్నీ తన కళ్ల ముందే వయసుకు మించి పెరుగుతున్నట్టునిపిస్తుంటే చూసి సంతోషం, భయం రెండూ ఒకేసారి అనుభవించేది. సోనాగాఛీలోని ఆడపిల్లలు వయస్సుకు మించి పెరగకపోతే కష్టం. అలాగే వయసుకు మించి పెరగితే కూడా అంతే సంగతులు. అందుకనే సోనాగాఛీలోని తల్లులు తమ పిల్లలను వూళ్లలోనూ, బంధువుల దగ్గర వదిలేవారు.

సోనాగాఛీలోని వాతావరణం బాగాలేదని, ఇబ్బందిగా వుందనిపించినప్పుడు తాను చదువుకుంటున్న రామకృష్ణ మిషన్ స్కూల్‌వారి హాస్టల్ వసతిగల రెసిడెన్షియల్ స్కూల్ గురించి తల్లితో చెప్పింది మున్నీ. పారోకు కూతురు తనకు దూరంగా వెళ్లి చదువుకోవడం అన్న ఆలోచనే కష్టంగా అనిపించేది.

ఈ మధ్య మాటిమాటికి పారోకు ఒంట్లో బాగుండకపోవడం, బాబులాంటి అనుభవమున్న మనిషి కళ్లలో పడకుండా వుంటుందా? పారో సంపాదన మెల్లగా తగ్గిపోవడంతో బాబుకు అసహనం, విసుగు ఎక్కువయ్యాయి. బాబు దల్లాళి కళ్లు మున్నీని ఒళ్లంతా తడిమి కొలిచినట్లుండడం గమనించినప్పుడు పారో మౌనంగా

దుర్గామాత ఫోటోనే చూస్తూ నిట్టూర్చేది. కూతురు తొందరగా పెద్దమనిషి కారాదని మనసులోనే దేవుళ్లకి దండం పెట్టుకునేది.

ఈమధ్య సామాజిక కార్యకర్తలు మాటిమాటికి వచ్చి పారోను క్లినిక్‌రమ్మని, రక్తపరీక్ష చేయంచుకోమని చెప్పేవారు. ఇదంతా గమనిస్తున్న మున్నీ కళ్లల్లో వున్నది ప్రశ్నో, అనుమానమో తెలియక పారో సతమతమైపోతోంది. తనకు దగ్గరవుతున్న అనారోగ్యానికి ఏ పేరు పెడతారో అన్న భయం పారోకు. తన గురించి ఆలోచన లేనట్టుండేది.

అప్పుడప్పుడు పారోకు మున్నీ పుట్టుకకు కారణమైన వ్యక్తి, మున్నీ తండ్రి గుర్తుకొస్తుంటాడు. మొదటి సారి తనకు ప్రేమ చిగురించేలా తనతో గడిపిన ట్యాక్సీ డ్రైవర్ నదీమ్. కేవలం పారో కోసమే, పారోను కలిసేందుకే అక్కడికి వచ్చేవాడు. ప్రాణానికంటే ఎక్కువగా నిన్ను ప్రేమిస్తున్నాను అనేవాడు. తను గర్భవతి అవగానే నదీమ్‌ను, 'మేరీ మాంగ్‌భరో,' అని అడగగానే మారు మాట్లాడకుండా కాళీమాత సింధూరాన్ని ఆమె నుదుటికి బొట్టుపెట్టాడు. పారో సంతోషాన్ని పట్టలేక డ్యాన్సు చేసేసింది. ఇదంతా చూస్తున్న బాపా నవ్వుతూ, ''ఇధర్ కా ప్యార్ తో పానీ జైసా హై. పురానా బెహతా హై తో, నయా ఆతా హై,'' అని పారోను సమాధానం చేసేవాడు. ఆ తరువాత అదే జరిగింది. నదీమ్ నిఖా జరిగాక, ఆతని రావడం క్రమేణా తగ్గిపోయింది.

పారోకు ఈ మధ్య తన గురించి ఆలోచించడానికి కాస్త సమయం దొరుకుతోంది. కిటికీ దగ్గర నిలబడి బయటికి చూస్తూంటుంది. బస్తీ బ్రతుకులో వేగం, కొత్తగా వస్తున్న మలుపులు గమనిస్తోంది. బాబు అప్పుడు చెప్పిన, 'బెహ్తా పానీ,' వ్యాఖ్యలు గుర్తుకు రాకూడదనుకుంటుంది.

ప్రతీ రాత్రీ మారిపోయే మగవాళ్లు, ఖోలీలోకి వాళ్లు రాగానే, ఖాళీ అయిపోయే మనస్సు, మనస్సుకు సంబంధమే లేనట్టుండే శరీరం, రోజు రోజుకు పెద్దదవుతున్నట్లు కనిపిస్తున్న కూతురు... ఇలా ఒకటి వెనకాల ఒకటిగా పరిగెట్టే ఆలోచనలు. ఈ పరుగు ఎక్కడ ఆగుతుంది? ఇవన్నీ ఎక్కడివక్కడ ఆగిపోతే... కాళీమాతలా... ఎల్లమ్మలా... కాకపోతే కనీసం వందలకొద్దీ జనాలు, వాహనాలు మీదెక్కి దిగుతున్నా చలించకుండా నిలబడిన హౌరా వంతెనలా...!

ఇలాంటి ఆలోచనలతో సతమతమై చివరికి దృఢ నిశ్చయానికొచ్చిన పారో, మనసు రాయి చేసుకొని లేచి నింపుకుంది. తన మేకప్ సామాను బయటికి తీసింది. తను అలంకరించుకోవడం మొదలుపెట్టింది. ముఖం పైని మడతలు,

చిన్న చిన్న గాట్లు, మచ్చలు ఒక్కొక్కటీ కనుమరుగవుతూ, తనలో ఆత్మవిశ్వాసం పెరిగింది. కాటుక రాసుకుంటుంటే కళ్లలో మెరుపు కదలాడింది. ఎర్రటి పెద్ద బొట్టు నుదిటిపై వెలిగింది. లిప్‌స్టిక్ రాసిన పెదవులు సన్నటి నవ్వుతో విచ్చుకున్నాయి, కొత్త చీర కుచ్చిళ్లు ఒంటిని మృదువుగా స్పర్శించాయి.

మున్నీ చేయి పట్టుకొని సోనాగాఛీ గల్లీలను దాటి, కొంగొత్త దారిలో సాగి శారదా వసతి పాఠశాలకు చేర్చి, వెనక్కి తిరిగి చూడకుండా వెళ్లిపోయింది.

ఎదురుగా కనిపిస్తున్న హౌరా వంతెన ఆ సాయంకాలపు వెలుగుల్లో దృఢంగా, ఎంతో అందంగా కనిపిస్తోంది.

Suchitra Hegade is a native of Uttara Kannada, a coastal district. Along with writing, traveling is also her passion. Suchitra has published a travelog, `Jagava Suttuva Maaye'. She also has a collection of poems to her credit, 'Ee Chitte Kaadida Haage'.

7

కీళ్యా

ప్రవీణ్‌కుమార్ హొన్నకుదరి
అనువాదం: **సృజన్**

ఇరుకైన దారి, ఊరంతా చావువాసన. శోకగీతం. పూలదండలు-తురాయిలు, వాద్యాల-టపాసుల చప్పుళ్లు, చాలాసేపటివరకు కడుపులో దాగున్న 'కోటగుడి' నిదానంగా స్మశానం దారివైపు మళ్లించటం ద్వారా సఫలీకృతం అయ్యింది. ఎపుడో నీళ్లు త్రాగిన నిర్లిప్త వీధులు శవం వెళ్లిపోయిందనీ ఇంటి ముంగిట శుభ్రం చేసి కళ్లాపి చేస్తూ మంచోళ్లకి చావు త్వరగా వస్తుందని మాట్లాడుకుంటున్నారు. 'శవానికి ఋణం భారమయినట్టు' చచ్చినవాడి ముఖం చూడకుండా ఆడిపోసుకుంటూ కాలయాపన చేసే ఎంతోమంది ఊరి ముందున్న గుడిలో పేకాటలో ఒళ్లు మరిచి కూర్చొని ఉన్నారు. కొంతమంది శవం మోసిన బరువుకు భుజాలనొప్పి వచ్చినా, పళ్ల బిగువున నొప్పిని భరించి అడుగులు వేస్తున్నారు. ఎవరూ ఒకరికొకరు భుజాలని మార్చడానికి సిద్ధంగా లేరు. పక్కన నడుస్తున్న వారికి కళ్లతోనే సైగచేసి గాలి పీలుస్తూ ఆయాసాన్ని తీర్చుకుంటున్నారు. కొంతమంది బంధువులు చాలా రోజుల తర్వాత కలిసారనీ మాటలకు కరువు లేనట్లు మాట్లాడుతున్నారు. ఈ సంబంధాలు ఇలానే ఉంటాయి.

దూరంగా ఉన్నప్పుడు ఒకరికొకరు ముఖం చూడడంలేదని బాధపడతారు. ఎదురైనప్పుడు మాత్రం మాటల్ని సూదుల్లా గుచ్చుతూ మాట్లాడతారు. మాటల మధ్యలో ఈ చావు ఒక్క క్షణం సాకు మాత్రమే.

కనుచూపు మేరలో గణాచారి అందరివైపు చెయ్యి ఊపుతూ నిలబడ్డాడు. ఈ మూడు దారుల కూడలిలో శవాన్ని కిందికి దించి, చివరిసారిగా నోట్లో నీళ్లు పొయ్యండని అరిచిన గణాచారి గొంతు నిశ్చలంగా ఉంది. అందరూ శవం నోటిలో నువ్వులు, నీళ్లు పోస్తున్నారు. ఇలా నీళ్లు పోయడం నాకు ఆశ్చర్యం అనిపిస్తోంది.

అందరూ వరుసగా ఒకరి తరువాత ఒకరు వచ్చి శవం వాసన ఉన్నా లేకపోయినా ముక్కు మూసుకుని శవం నోటిలో నీళ్లు పోస్తున్నారు. ఈ నీళ్లు కేవలం నీళ్లు కాదు. నువ్వులు, నీళ్లని కలిపి మట్టికుండలోని నీటిని దర్భతో తీసుకొని శవం నోట్లో పోస్తున్నారు. శవం తల దగ్గర కట్టిన ఒక సంచి చాలా ఆకర్షణీయంగా కనిపిస్తోంది. నేను దానిని దగ్గరనుండి చూడటానికి ప్రయత్నిస్తున్నాను కానీ నోటిలో నీళ్లు పోయడానికి స్థలం దొరకలేదు. ఒకరినొకరు రాసుకుంటూ ముందుకు తోసారు. దాని లోపల ఏముంది అనే కుతూహలం నన్ను వెంటాడుతోంది. నేను కొంచెం దగ్గరికెళ్లి చూసినప్పుడు చిన్నిచిన్న గింజలు, కంటికి కనిపించనంత చిన్నవివి ఆ సంచిలో ఉన్నాయి.

శవం తల దగ్గర కట్టి సంచిని విప్పి దూరంగా విసిరారు. మామూలుగా అందరూ ఈ మూడు దారులు వచ్చిందంటే ఒక అంచనాతో స్మశానం వచ్చిందనుకునేవారు. ఇక్కడ శవాన్ని దింపి కొన్ని కర్మలని చేసి కట్టిన కొరబియ్యం సంచిని విప్పి ఇక్కడే చివరాఖరు అనేలా విసిరేసేవారు. ఇది ఏ కర్మానికి చేస్తున్నారని ఊహించలేక చచ్చినవాడి ముఖాన్ని చూస్తూ నిలబడ్డాను. గణాచారి శవం మోస్తున్నవారిని వెనుక-ముందుగా నిలబడమని చెప్పాడు. అతడి మాటలకి ఎవరూ ఎదురు చెప్పేవారు కాదు. అతడు చెప్పినట్టు శవం మోస్తున్నవారు వెనక-ముందుగా మారారు. వెనక-ముందుగా నిలబడడం అంటే వెనక మోసేవాళ్లు ముందుకు రావటం, ముందున్నవారు వెనక్కి వెళ్లటం అన్నమాట. తర్వాత ఎవరూ శవానికి భుజం ఇవ్వకూడదు. అంతటికీ ఇది చివరాఖరు అంటూ శవం మోసిన వెంటనే మట్టికుండలో సగం ఉడికిన బియ్యాన్ని శవానికి దిష్టి తీసాడు. శవానికి కూడా దిష్టి తీస్తారా అనిపించింది. కుండని పగలగొట్టి అందరినీ వెళ్లిపొమ్మన్నట్లు కళ్లతోనే సూచించాడు. తన మామూలు పద్ధతిలో గణాచారి కార్యం చేస్తున్న వైఖరి,

వీటన్నిటి మధ్య ఇక్కడ కళ్లు, చెవులు, కాళ్లు, చేతులకి మాత్రం వయస్సేమో శవానికి కాదు అన్నట్లు ఊరి మాజీ మెంబర్ శవాన్ని అజ్ఞాతవీధిలో ప్రదర్శనానికి పెట్టి మళ్లీ ఊరేగింపుకి సిద్ధం చేసాడు. చివరి మొహాన్ని ఆలకించిన ఈ రాజకీయ వ్యక్తి భార్యకి పిల్లల్లేరు అంటూ వేళ్లు విరుస్తున్న నిజం ఎవరి కళ్లకీ కనబడకుండా ఉండలేకపోయింది.

చావు ఇంటిలో సంతాపం కన్నా తమతమ ప్రత్యేకతలని ప్రదర్శనానికి పెట్టినట్లు మెంబర్ భార్యను కౌగిలించుకొని కన్నీళ్లు పెడుతూ, ముందుకెళుతూ, మరొకరికి అవకాశం ఇస్తున్నారు కానీ ఎవరూ ఈ మండుటెండలో పడిన నీడలా నేలను కరుచుకొని నిలబడలేదు. ఈ సంతాపం క్షణం మాత్రమే అనుకొని మెంబర్ భార్య భర్త చెవి దగ్గరికొచ్చి నిర్లిప్తంగా ఊపిరి తీసుకుంటూ నిట్టూర్చింది. శవంగా మారిన భర్త దేనికీ స్పందించలేదు. పాడెకి తల ఆనించి మళ్లీ బాధతో ఊపిరి తీసుకుంది. కొన్ని పద్ధతులు చావు ఇంటిలోనూ రాజ్యమేలతాయి అన్నట్లు కట్టుకున్న చీర మీద మరొక చీరని కట్టి ఇది పుట్టింటి చీర అంటూ చివరిసారి ఒడి నింపారు. తన ముత్తైదువ చివరి నడకకి ముగింపు లేదనుకుని భూమి భారాన్ని మోస్తూ బలహీనమైన కాళ్లని ఈడ్చుకుంటూ వెళుతోంది. నిండు యౌవ్వనం ఇంకా ఎండని కాస్తోంది. కళ్లల్లో ఏదో శూన్యభావం. కనురెప్పల వ్యవధిలో సాక్షీభావంతో చూస్తున్నప్పుడు మిరుమిట్లు గొలిపే శవం ఊరేగింపు తాలూకు వైఖరి. చావుకన్నా ఘోరంగా కనిపించిన చీకటి ఆలోచనకు కొత్త అధ్యాయాన్ని తన కళ్లతోనే రాస్తుంది.

ఊరి దారి చివరి మలుపులో ఎడం వైపు స్మశానం. ఈ స్మశానం కూడా మరణించిన ఈ మాజీ మెంబర్ హయాంలోనే వచ్చింది. ఇంతకు ముందు శవాన్ని ఏటి వొడ్డున కాల్చేవారు. ఈ వర్షాకాలంలో రెండు రోజుల వరకు శవం మట్టిలో కలిసిపోయేది కాదు. సుమారు మూడు, నాలుగు మైళ్లయినా నడవవలసి ఉండేది. శవాన్ని మోసుకు వెళ్లవలసిన పరిస్థితి ఒకటి కాళ్లు విరగ్గొట్టుకొని చావు ఇంటి ముందు పచార్లు చేస్తోంది. ఈ వర్షాకాలంలో రెండు రోజుల పాటు ఇంట్లో శవాలు కుళ్లిపోయేవి. ఊరూ వాడా వర్షం వాసనతోబాటు ఊరిలో కొత్త రూపాన్ని సృష్టించేది. ఒక్కోసారి విపరీతమైన వర్షా కాలంలో సూర్యుడి వెలుతురు చూడటానికి సైతం పాట్లు పడుతూ, ఎవరూ బయట అడుగుపెట్టని స్థితి కలిగేది. ఎప్పుడూ చల్లగా ఉండే వీధులు, పాదాల గుర్తులు చూసి నాలుగైదు రోజులు అయ్యాయి. అంగళ్లన్నీ తాత్కాలికంగా తాళాలు వేసి దేవుడి ముందు జపం చేస్తూ కూర్చున్న యజమానులు ఎవరినీ వెనుదిరిగి చూడలేదు. తమ అంగళ్లలో

వినియోగదారులే దేవుడని బోర్డు వేసి ఉన్నారు. ఇక గుడిగోడల లైట్ల వెలుతురిని చీకటి చంపిందనేదానికి సాక్ష్యం దొరకలేదు.

పూజారులందరూ ఇంటి నుండి బయటికి కాలుపెడితే మైలపడతామని వర్షాన్ని శపిస్తూ వాస్తవం కోసం ఎదురుచూస్తున్నారు. ఈ దేవుళ్లు నాలుగైదు రోజుల నుండి మోస్తున్న పట్టుశాలువలు మేపూలు కమ్మిన వాతావరణానికి చల్లగా మారి దేవుడి ఒంటి మీది నుండి పాదాల వరకూ నీళ్లోడుతున్నాయి. కుక్క, పిల్లి, గేదె వీధి దున్నపోతుల బాంధవ్యంతో కొత్త సామ్రాజ్యం, ఊరి దేవుడి గుడిలో నిర్మాణమైంది. ఈ కీళ్యాకు ఊరిలో చావు వాసన తగల్లేదు. వర్షంలో తడిసిన మట్టివాసనకు చావు వాసన స్పందించక పోవచ్చు. రెండు రోజుల నుండి పడి ఉన్న శవాన్ని మోసుకు వెళ్లేంత జనం రాకపోవటం చాలా ఆశ్యర్యకరం. వర్షంతో తడిసిన గోడలు రేపో మాపో పడిపోయేలా ఉన్నాయి. గోడ పగుళ్లలోని చీమలు ఒకదాని వెనుక ఒకటి పోలీసు కవాతు చేస్తున్నట్లు వెళుతున్నాయి. వీధంతా నీళ్లతో నిండిపోయి కాలు పెడితే ఎక్కడ జారిపోతామోనని జన మంతా అటూఇటూ గెంతుతూ నడవడానికి సిద్ధమవుతున్నారు. ఊరిలో చావు జరిగితే చావు ఇంటి యజమాని కీళ్యానే అయ్యేవాడు. శవ సంస్కారం గురించి అతడికి ఎవరూ ఏమీ చెప్పనవసరం లేదు. ఇతడికి సాయంగా ఊళ్లో గ్రామ పంచాయితి మెంబర్ కావాలని కలలు కంటూ చివరికి కాలేకపోయినా అందరూ 'మెంబర్' అని పిలువబడే లక్ష్మణ కూడా ప్రతి శవం అంత్యక్రియలకి కీళ్యాతో చేతులు కలిపేవాడు. ఈ లక్ష్మణుడి ఏకైక లక్ష్యం గ్రామ పంచాయితి మెంబర్‌కావటం. దగ్గర దగ్గర ఏభై ఏళ్ల వయస్సున్న లక్ష్మణ చాలాసార్లు ఎన్నికలలో నిలబడినా గెలిచే సాహసం చెయ్యలేదు. ఆయన కూడా పక్షి రెక్కలు కొట్టుకుంటున్నట్లు మెంబర్ అవ్వాలని కలలు కనేవాడు. ఇతడు తప్ప కీళ్యాకు మరెవరూ స్నేహితులు లేరు. అనివార్య కారణాల వల్ల ఈ మెంబర్ అంత్యక్రియలకి రాకపోత కీళ్యా శవసంస్కారం జరిపేవాడు కాదు. గొయ్యిని అలంకరించి దూరంగా వెళ్లి కూర్చునేవాడు. మెంబర్ శవాన్ని మోసుకొని మంచి ఎండలో ఊగుతూ గొయ్యి చుట్టూ మూడు ప్రదక్షిణలు వేసి గొయ్యిలో నేరుగా దింపారు. చచ్చినవారి ముఖంలో దేవుడ్ని చూసే కీళ్యా, మెంబర్‌లకు ఎలాంటి అహంకారం లేదు. అహంకారం ఉన్నవారు వీళ్ల దగ్గర మసిలేవారు కాదు. మరణించిన తర్వాత వీరి చేతుల్లో మట్టిలో కలిసిపోవటం అహంకారాన్ని పోగొట్టుకున్న ఒక సాధారణమైన శవం, అంతే. పాడె నుండి శవాన్ని దించి గొయ్యిలోకి తీసుకెళ్లారు. గొయ్యిలో శవం అలంకరణ పని కీళ్యా, మెంబర్లకి అప్పజెబితే చాలు, మరణించిన వ్యక్తి అనుభవించని అన్ని సౌకర్యాలనీ

గొయ్యిలో చూపించేవారు. వీరికి ఏమీ చెప్పవలసిన పనిలేదు. అన్ని తమ రోజువారీ క్రియల్లా జరిపేవారు. శవం గొయ్యిలో దిగిన వెంటనే గొయ్యి చుట్టూ వస్త్రాన్ని కప్పేవారు. ఆ వస్త్రం తెలుపురంగులో ఉండేది. గొయ్యిలోకి వెళ్లిన వెంటనే పైన ఉన్నవారికి ఎవరికీ కనబడకుండా పట్టుకునే వస్త్రాన్ని 'ముఖ వస్త్రం' అంటారు. నాకూ ఇది ఈమధ్యనే తెలిసింది. శవం ఒంటిమీది బట్టలని తీసివేసి, పూర్తిగా నగ్నంగా తూర్పువైపు ముఖం కనబడేలా కూర్చోబెట్టి, శవం చుట్టూ కొంచెం మట్టిని పరిచేవారు. అలా పరిచేటప్పుడు ఎన్నోసార్లు పాత అస్తిపంజరాల అవయవాలు ముక్కలు ముక్కలుగా దొరికేవి. చెదల పురుగులు ఆకలితో ఉంటాయని కీళ్యాకి తెలిసేది. అవి కాళ్లు, చేతుల మీద పాకేవి. వాటిని ఎంతో నాజూకుగా తీసేవాడు. 'మనిషి చచ్చిపోయిన తర్వాతే నీ సొత్తవుతాడు. బ్రతికున్నప్పుడు మరొకరి పాలుదారుడిగా ఉంటాడు,' అనుకుంటూ లోలోపలే నవ్వుకుంటూ ఎవరికీ నగ్నదేహం కనపించకుండా కప్పిపుచ్చిన మెత్తటి మట్టిని పాదం నుండి గొంతువరకు పూడుస్తున్నారు. పూడ్చి చివరిసారి అందరూ ముఖాన్ని చూడాలని, ముఖం మీద మట్టి వెయ్యకుండా అందరికీ కనిపించేలా, శవాన్ని తపస్సు చేస్తున్న ఋషిలా కూర్చోపెట్టేవారు. చచ్చిపోయిన మనిషి నెత్తిమీద కూర్చున్న గణాచారి, మెంబర్ లక్ష్మణుడి చేతిలో కొన్ని రాగిరేకులకి విభూతిని పూసి ఇస్తున్నాడు. మెంబర్ వాటిని తీసుకొని ఎడంపాదం, కుడిపాదం, ఎడం భుజం, కుడిభుజం, నెత్తి, కడుపు మీద పెడుతూ ఉన్నాడు. తర్వాత చచ్చిపోయిన వ్యక్తి భార్య తాళిబొట్టుని తెంపి అందులోని ఒకటి, రెండు గుంజీల బంగారాన్ని తీసి నోట్లో పెట్టమనేవాడు. కానీ మెంబర్‌శవం నోటిలో ఎప్పుడూ బంగారాన్ని పెట్టేవాడు కాదు. ఆ బంగారం మార్వాడి శివుడి అంగట్లో అమ్మి వచ్చిన డబ్బుని సమంగా పంచుకునేవారు. తర్వాత ముఖంమీది వస్త్రాన్ని తీసేవారు. తర్వాత మరో పూజ జరిగేది. శవాన్ని పెట్టిన గోడ మీద గణాచారి ఉండేవాడు. అందరూ అంత్యక్రియలు ముగించుకొని ఇంటిదారి పట్టే సమయంలో స్మశానం గేటు దగ్గర నిలబడ్డ కీళ్యాతో ఏదో కాగితం మీద కోటగుడి పెద్దలు, యజమానుల చేత సంతకాలు చేయించుకునేవాడు. చేతిలో ఉన్న తెల్ల కాగితం ప్రశాంతంతో విప్లవంలా కనిపించేది. కాగితం ఒకవైపు ఏదో రాసి ఉండేది. మరోవైపు అందరితో సంతకాలు తీసుకునేవాడు. ఎవరూ కీళ్యాని ఏమిటిదని అడిగేవారు కారు. ఏం మాట్లాడకుండా సంతకంపట్టేవారు. చేత్తో పట్టుకున్న కాగితం అతడి చేతి చెమట అంటుకొని, రంగుమారి ఏ కార్యాలయం వాళ్లు ముట్టుకోనంత సత్తువ పోగొట్టుకొని ఉండేది. తిరిగే ఉత్సాహం అతడి కాళ్లల్లో ఉండేది. దీన్ని చూసిన

వెంటనే నాకు నేనే ప్రశ్నించుకునేంత జవాబు దొరకనంత ఆందోళన కలిగించేది. కానీ జవాబు మాత్రం దొరకలేదు.

★

ఆ వెనుకటికెపుడో రేషన్ కార్డు మరియు సంచారజాతి కోటాలో తనకో ఇల్లు కావాలని వందసార్లు గ్రామ పంచాయితీలో దరఖాస్తు పెట్టుకున్నాడు. స్థానికుడు అని చెప్పడానికి ఎలాంటి రుజువు లేదని ఇతడి పేరుని తొలగించారు. ఇప్పుడు చచ్చిపోయిన మెంబర్ కూడా ఇతడికి కొన్ని మాయ మాటలు చెప్పేవాడు. ఆ మాటలు నవ్వు తెప్పించి, ఆనందాన్ని కలిగించేవి. ఇప్పుడు అతడు లేడు కానీ కీళ్యా, అతడిలో నిబ్బరమైన మౌనం అంత్యక్రియలు జరిపిస్తున్నాయి.

సాయం సూర్యుడు తను ఎంత ఎత్తు ఎక్కానని లెక్క వేస్తూ అస్తమిస్తున్నాడు. ఇక్కడ ఎవరూ శాశ్వతంగా ఉండలేరు. స్మశానంలో ఒక్కొక్కరే ఖాళీ అవుతున్నారు. మేము ఇదే ఊరివాళ్లం కావటం వల్ల భూమిపూజను ముగించుకొని వెళ్లటం సాంప్రదాయం. భూమిపూజ అంటే శవం పూడ్చిన తర్వాత నేలమీద మట్టిని గోపురం ఆకారంలో చేసి దానిమీద గణాచారి నిలబడేవాడు. అతడి కాళ్లమీద నీళ్లు పోసి దక్షిణ సమర్పించిన తర్వాత గణాచారి ఆ గోపురం మీద నుండి దిగి, అక్కడున్న దక్షిణను జేబులో వేసుకొని, పెద్ద గొంతుతో పాడుతూ హారతినిస్తూ కొబ్బరికాయ కొట్టేవాడు. మేము అందరం నమస్కరించి వెనుదిరిగి చూడకుండా బయటికి వచ్చేవాళ్లం. ఇక మిగతా జనం తమ ఊరి బస్సుల్ని ఎక్కడానికి సిద్ధమయ్యేవారు. కిక్కిరిసి ఉన్న స్మశానం సాయంత్రం అయ్యేసరికి ఖాళీ అవుతూ వచ్చింది. ఒకరితో ఒకరు మాట్లాడకుండా ఊరివైపు ఉరికేవారు.

స్మశానం గేటు నుండి కొంచెం కనుచూపుమేరలో ప్రభుత్వ నీటి కుళాయి ఉండేది. అందరూ అక్కడ కాళ్లు చేతులు కడుక్కొని, అంతా ఇక్కడే వదిలేశామని అనుకుంటూ ఇళ్లకి వెళ్తున్నారు. నేను కూడా కుళాయి వైపు చూసాను. కాసేపు స్మశానంలో గడపాలనిపించింది.

ఈ స్మశానంలో గడపడం అనేది ఒక వ్యసనంలాంటిది. ఒంటరివాళ్ల కష్టాలకి సరిగ్గా సర్దుకుపోతుంది. ఇక్కడ ఏదీ స్పష్టంగా ఉండదు, కేవలం సగం మాత్రమే ఉంటుంది- మనిషితో సహా. బెంచిలాంటి ఒక పాత చెట్టు క్రింద కూర్చొని చుట్టూ చూసాను. చూసిన ప్రతిసారి అంతా కొత్తదిలా కనిపిస్తోంది, నేను వందలసార్లు పరీక్షించి ఫెయిల్అయ్యాను. ఈ స్మశానానికి నేను కొత్త కాదు

అనేలా శవాన్ని కాల్చి తాము కాల్చుకుని, ఒళ్లంతా నల్లగా మార్చుకొని నిశ్చలంగా పడి ఉన్న కొయ్యలు, భూమి లోపలి మన్ను ముద్దలు ముద్దలుగా ఎండకి విరబూసిన మన్ను. తాళిబొట్టు, నల్లపూసలు, పగిలిన చేతి గాజులు, వాడిపోయినా గుబాళించే పూలు. శవానికి కప్పిన వస్త్రం, అంబలితో సగం పగిలిన మట్టికుండ– అన్నీ ఆకాశంవైపు చూస్తున్నాయి. నన్ను ఎవరూ చూడలేదు. తన మానాన తాను రెమ్మల్ని, కొమ్మల్ని ఊపుతూ నిలబడ్డ రావిచెట్టు మీద కూర్చున్న అరవని పక్షులు, పెట్టిన ప్రసాదాన్ని తినడానికి ఎదురుచూస్తున్నాయి. నేలని చుంబించే రావిచెట్టు నీడ ఈ రోజో, రేపో కూలిపోయేలా కీళ్యా గుడిసె ఎన్నోసార్లు ఎవరూ లేకుండా నిర్లిప్తంగా ఉండేవి.

ఈరోజు నేను వచ్చి వెళ్లటమనేది తప్ప స్మశానం బయట ఒక ఆడమనిషి, ఇంకా పలచటి యౌవ్వనంలో ఉందనిపిస్తోంది, చీరని ఒంటిమీద కప్పుకొని స్నానం చేస్తున్నట్టు కనిపిస్తోంది. చుట్టూ ఉన్న మగవారు, ఆడవాళ్లు అంతిమ సంస్కారానికి వచ్చి ఉండవచ్చని అనుకొని వచ్చిన దారి పడుతున్నారు. స్మశానం గేటు దగ్గరకి వెళుతూనే స్పష్టంగా కనిపించిన ఆమె ఎవరో కాదు, భారతి. అరచేతిలా ఉండే ఈ భారతి కోటగుడిలోని వీధినే తన ఊరిలా మార్చుకుంది. కోటగుడిలోని ప్రతి దారికి ఈమె పాదాల గుర్తు తెలుసు. ఇప్పుడేం కొత్తకాదు. చీరకి అంటుకున్న ఒంటికి స్నానం చేయిస్తుంది. తనని కోటగుడిలో ఎప్పుడూ పసుపురంగు ఒంటితోనే చూసింది. ఎర్రటి బుగ్గలకి, ఒంటికి, కాళ్లకి, మునికాళ్లకి, అరికాళ్లకి సైతం పసుపు పూసుకొని, ఎవరో పెట్టుకొని విసిరిన పూలని తన విరబోసిన తలకి గుచ్చుకొని అలా గాలికి ఎగరనిచ్చేది. సహజమైన ఒంటిరంగుకి పసుపు రాసుకొని ప్రతిరోజూ ముత్తైదువయ్యేది. ఇక కట్టుకున్న చీర సగం ఒంటిని కప్పితే మిగతా సగం ఆమె నడుస్తుంటే నేలని శుభ్రం చేసేది. నేలని ఊది అడుగులు పెడుతున్నట్లు నడిచేది. భారతి కూడా కోటగుడిలో చాలారోజుల నుండి ఉండటం నేను చూసాను. ఆమె బంధువులు కూడా ఎవరూ లేరు. చూస్తే పెళ్లీడుకొచ్చిన పిల్లాలా అనిపించేది. ఎప్పుడూ ఎవరినో తిడుతున్నట్లు, ఒక్కోసారి ఏడ్చే శబ్దం, ఏడుస్తూ కూర్చుంటే రెండు రోజులు కేవలం జ్ఞాపకాలని నెమరువస్తూ కూర్చునేది. ఎంతోమంది చిన్నపిల్లలకి తనంటే భయం. ఎంతోమంది అబ్బాయిలు భారతి పేరు వింటే కృతకమైన నిద్రకు జారుకునేవారు. బరువు పోగట్టుకున్న వీధిలో బాధని మోస్తూ రోజుకు రెండుసార్లు తిరగటం ఆమె దినచర్య. ఎప్పుడూ తిరుగుతూనే ఉండేది. ఆమె బాధ గురించి ఎవరికీ తెలియదు. ఈమె నడుస్తుంటే నేల మౌనం దాల్చేది. బాధను మోస్తూ నేలకు కన్నీటిని ఇస్తూ మొత్తం కోటగుడినే

తన ఇంటిలా చేసుకుని ఒక చోటు నుండి మరోచోటుకు బయలుదేరేది. తన చేతిలో కోటగుడిలోని దుమ్మంతా నిండిపోయిన సంచి ఉండేది. ఆ సంచిలో ఒకటి రెండు కాలిపోయిన అడుగుభాగంతో స్టీలుబిందె, సగం విరిగిన చెంచా, ప్లాస్టిక్ కవర్‌లో కొంచెం బియ్యం, ఒంటిని ముద్దలా మార్చుకున్న ఒక చెంబు, ఒక దువ్వెన, కొబ్బరినూనె, కుంకుమడబ్బా, కోటగుడిలోని బాధలను మోసే ఆడవారు ఇచ్చిన ఒకటి రెండు చీరలు. భారతికి స్నానం చెయ్యడం, చీర కట్టుకోవడం, తల దువ్వుకోవడం, కుంకుమ పెట్టుకోవడం, వారానికొకసారి ముక్కుపుడకని మార్చడం ఇదంతా సాధారణమైతే, గోధుమరంగు ఒంటికి, నలుపు కళ్లకీ, చెంపలకీ, కాళ్లు, అరికాలికి సైతం పెళ్లికూతురిలా పసుపు రాసుకునేది. ఎన్నోసార్లు పసుపు రాసుకునేటప్పుడు కోటగుడి ఆడపిల్లలంతా చెయ్యి పట్టుకుంటే చాలు, ఏం మాట్లాడకుండా, కోప్పడకుండా, మౌనంగా తన్ను తాను శపించుకునే రీతిలో విచిత్రంగా రోదించేది. ఆ ఏడ్పు ఎలాగుండేదంటే అబ్బా మొత్తం ఊరికి ఊరే స్తంభించిపోయేది. ఆరోజు మాత్రం ఎవరి జోలికి వెళ్లకుండా పూర్తి రోజంతా ఏడుస్తూ గడిపేది. అందుకే ఆమె తంటాకి ఎవరూ వెళ్లేవారు కాదు. తను మాట్లాడేది చాలా తక్కువ. ఎంతోమంది ఊరి పెద్ద మనుషులు ఆమె చేతి రాతి దెబ్బలకి, తల, ఒళ్లు, కాళ్లతో భూమికి రక్తతర్పణం చేసుకున్నది కోటగుడి చరిత్ర. తనలోని అన్నింటికీ తనే అద్దంలా జవాబులు చెబుతూ వేసవి యౌవనాన్ని పాడు వీధిలో చెమటలు కారుస్తూ ఓదార్పు పొందేది. పలచటి దేహానికి చీర చుట్టుకుని కోటగుడిలో కొందరి ఇళ్లల్లో రోజంతా గడిపేది. వాళ్లు భోజనం పెట్టినా తినేది కాదు. తన సంచి నుండి బియ్యం మూటని తీసి చూపించి వేడుకొనేది. మరొకరు చేసిన వంట తిన్నది కూడా ఎవరూ చూడలేదు. ప్రతిరోజు సాయంత్రం ఐదు గంటల సమయానికి నిర్మానుష్య వీధుల్లో కట్టుకున్న చీరతో నేలను ఊడ్చుకుంటూ స్మశానం దగ్గరలో ఉన్న ప్రభుత్వ నీటి కుళాయి దగ్గరకెళ్లి తన సంచిలో ఉన్న కుండ బయటికి తీసి, దాన్ని నీటితో కడుగుతూ ప్రపంచాన్ని తన నాలుకతో ఆడిపోసుకుంటూ స్మశానం దారిపట్టేది. కోటగుడి స్మశానం కుడివైపు మలుపులో ఒక నిర్దిష్టమైన స్థలాన్ని ఎన్నుకునేది. అక్కడ గాలి కూడా ఎక్కువ వీచేది కాదు. కీళ్ళా గుడిసెలా ఎలాంటి తలుపులు ఉండేవి కావు. తనకెంత స్థలం కావాలో అంతలోనే ఉండేది. పక్కలోనే చిన్న రాతిగుండ్లతో ఒక పొయ్యిని నిర్మించుకుంది. అప్పుడప్పుడు అక్కడ పొయ్యిలో గుడిసె బయట, లోపల కుక్కలు, పందులు తిరుగుతూ ఉండేవి. నోటితో కుక్కల్ని, పందుల్ని తిట్టుకుంటూ పొయ్యి శుభ్రం చేస్తూ, వంట ఏర్పాట్లు చూసుకునేది. సంచిలోని బియ్యం ఒక కాగితంలో పెట్టి,

కుండ మీద మట్టి పూసేది. ఇట్లా చెయ్యటం వల్ల కుండకి మట్టి అంటుకోదనే నమ్మకం. ఉడకడానికి సిద్ధమైన బియ్యాన్ని కుండలో పోసి, కుండను పొయ్యిమీద పెట్టి, మారు పొడవున్న కట్టెముక్క తీసుకుని శవం మండుతున్న చితి దగ్గరికెళ్లి కొన్ని నిప్పురవ్వల్ని నేలమీద తోసుకుంటూ వచ్చి పొయ్యిలో వేసేది. అప్పుడప్పుడు అదే చితి దగ్గరికెళ్లి శవాన్ని కాలుస్తున్న సగం కాలిన కట్టెలని తీసుకొచ్చి పొయ్యిలో పెట్టి ఊదేది. అప్పుడు కట్టెలకి నిప్పు అంటుకొని ప్రపంచాన్ని దహించే జ్వాలలా కనిపిస్తే తనలో తనే నవ్వు కుంటూ మౌనంగా ఉండిపోయేది. ఒక్కోసారి పొయ్యిలో జ్వాలలు నర్తించేవి. మరోసారి శాంతంగా ఉండేవి. విప్పారిన ముఖంతో ప్రపంచంలోని అన్ని ఆందోళనలను గమనించే దానిలా స్మశానం ప్రహరీగోడకు తల ఆన్చి కాలు మీద కాలు వేసుకొని నగ్నమైన పాదాలు, ఒకటి ఆకాశాన్ని తన్నుతుంటే, మరో పాదం నేలని ఆనించేది. ఆకాశాన్ని చూస్తూ ఒక్కోసారి శవం కాల్తున్న నిప్పుకి ఒళ్లు వేడి చేసుకుంటూ, పొయ్యి మీద ఉడుకుతున్న బియ్యం చూస్తూ తన ఎడంచేతితో నిప్పుల్ని పొయ్యిలో వేసేది. అన్నం ఉడికిన తర్వాత దాన్ని పొయ్యి మీది నుండి దించి మళ్లీ కుళాయి దగ్గరికెళ్లి చేతులు, కాళ్లు, ముఖం కడుక్కొని అన్నం మాత్రం తట్టలో వేసుకొని, ఆరగించటం మొదలుపెడితే చాలు, ఒంటరిగా తన పాలిట వచ్చిన ప్రత్యేకతను గుర్తు తెచ్చుకుంటూ ఒకటి రెండు గంటలు చితినిప్పుని చూస్తూ, మధ్య మధ్యలో మాట్లాడుతూ ప్రతి రాత్రిని స్మశానంలోనే గడిపేది. నేను ఎన్నోసార్లు చూసాను, ఈ భారతి ఎప్పుడూ సాంబారుతో అన్నం తినలేదు. కేవలం చప్పిడి అన్నం మాత్రం తినేది. మిగిలిన అన్నాన్ని బయటపెట్టేది. ఒక్కోసారి కుక్కలు అన్నం తినేవి. లేకపోత మరుసటిరోజు ఉదయం చద్దన్నం తిని తన దినచర్య ప్రారంభించేది. ప్రతిది ఒక్కో విధంగా ఆశ్చర్యంగా కనిపించినా ఏది తాత్కాలికంగా ఉండేది కాదు, పూర్తయ్యేది కాదు.

ఎదురుచూస్తున్న సాయంత్రానికి ఆఖరిలా మెంబర్ అంత్యక్రియలని ముగించుకొని ఇంటికొచ్చాను. స్నానం చేసి కాస్త తిరిగొద్దామని బయటికెళ్లాను. ఒక్కసారిగా కట్టుకున్న చీరతో స్నానం చేస్తున్న భారతి గుర్తుకొచ్చింది. తనని చూడడానికి సిద్ధమయ్యాను. లోపలి నుండి అమ్మ భోంచేసి వెళ్లమని చెబితే, లోపలికొచ్చి భోజనానికి కూర్చున్నాను. నిన్న రాత్రి పూర్తిగా నిద్రలేక కళ్లు ఎర్రగా మారిపోయినట్లు గుర్తుకొచ్చింది. నిద్ర పోదామని గదివైపు నడిచాను. ఆ రాత్రి ప్రతి రాత్రిలా అనిపించలేదు. కేవలం అటూ ఇటూ పొర్లుతూనే గడిచిపోయింది.

ఒక్కోసారి నాకు ఈ ఊరు చిరాకనిపిస్తుంది. ఒక్కోసారి నా ఉద్యోగం కూడా. ఈ నగరంలో రోజులు గడుస్తుంటే ఒక్కోసారి నా పల్లె గుర్తుకొచ్చి, నాలుగైదు

రోజులకే తిరిగొచ్చేవాడిని. ఈ మధ్యకాలంలో నా పనిమీద పెద్దగా ఆసక్తి కనిపించేది కాదు. కేవలం నగరంపై చిరాకు మాత్రం నా దగ్గర ప్రశాంతంగా ఉండేది. ఊరేమో నాలుగైదు రోజులకి గుర్తుకొచ్చేది. వయస్సయినా తండ్రీ లేడు, అమ్మ ప్రేమ కూడా. పోకిరివాడైన తమ్ముడు కూడా బాగా గుర్తుకొచ్చి వారానికి రెండుసార్లు వచ్చేవాడిని. ఊరు కొంచెం దూరంగా ఉంది. అప్పుడే ఏదో పాట చెవి దగ్గర వినిపించినట్టయింది. ఊళ్లో ఏదైనా శ్రావణమాసం జాతర ఉండవచ్చునేమో అనుకొని ఊరికే అలా మొబైల్ మీద వేలుతో రాస్తూ కూర్చున్నాను.

ఊరికి కొంచెం దూరంలో స్మశానం. స్మశానాన్ని దాటుకొని ఊళ్లో కాలుపెట్టాలి. నేను ఎన్నోసార్లు ఊరికెళ్లేటప్పుడు స్మశానం వైపు ఉండే కిటికీ సీటుని రిజర్వు చేసుకునే అలవాటు ఉండేది. ఇలా నేను మా ఊరి జనాభా ఎంత తగ్గిందని కొత్త సమాధి, లేక సగం కాలిన కట్టెలని చూసి లెక్క పెట్టేవాడిని. ఇప్పుడంతా కొత్తగా అనిపించసాగింది. ఈ చీకటి నిండిన స్మశానంలో వెలుతురు ప్రారంభమైంది. వెలుతురంటే చీకటిని చంపే శత్రువులా కాల్చుకొని చీకటివైపు పిలవటం అవసరమై ఉంటుంది. దీనితోబాటు కాలం కూడా అడుగులు వేస్తుంది.

ఒకసారి చప్పుడు లేకుండా ఊరి స్మశానంలో షామియానా, మామిడి తోరణం, సురగి చుట్టిన పసుపు నీరు. నిశ్శబ్దంగా ఉండే స్మశానంలో అటూ ఇటూ తిరిగే కాళ్లు, ముత్తయిదువలు, నుదుటి నిండా కుంకుమ, చేతికి కడియం, కొన్ని చేతులకి పసుపు గుర్తులు, కొంతమంది వయస్సయిన యువకుల చేతుల్లో బీడీలతో, గాలిలో కలుస్తున్న పొగ. స్మశానం గేటుకు కట్టిన మైకు ఏదో పాటని పాడుతోంది. మనిషి ఆశలకి లొంగిపోయి మారుతూ ఉందది. కీళ్యా ఇంటి ముందు కొంతమంది లోపలికీ, బయటికీ తిరుగుతున్నారు. కీళ్యా ఇల్లంటే ఈ నేలని తిని నిర్మితమైనది కాదు. లోపల వెలుతురు చిందించే కిటికి, గోడల్లేవు. కావలసిన మూల సౌకర్యాలని సహజంగా తనే స్వయంగా నిర్మించాడు. తలుపులు సైతం లేవు. ఎటుచూసినా అదో చతురస్రం గుడిసె. ఈ గుడిసె ఒకరకంగా అలంకరించుకొని ఉంది. నిర్దిష్టమైన స్మశానంలో గుడిసె ముందున్న వేపచెట్టుకి వేలాడ దీసిన చిన్న లైట్ల మూట పగటి చుక్కలతోబాటు పోటీపడుతున్నాయి. కేవలం శవం కాల్తున్న పొగతో నిండి వున్న స్మశానం నిదానంగా వంట తాలూకు తాళింపు వాసన చుట్టూ గిరికీలు కొడుతూ స్మశానం మొత్తం. కేవలం ఇరవై నుండి ఇరవై ఐదుమంది జనం ఉండవచ్చు. పెళ్లి ఇల్లంటే ప్రతి ఒక్కరి ఆకృతి మారుతోంది.

పడుచుపిల్లల కొత్త లోకం సిద్ధమవుతోంది. కానీ ఇక్కడ ఎలాంటి పడుచుపిల్లలు లేరు. గందరగోళంగా ఉన్న స్మశానం ఇప్పుడిప్పుడు దూరం నుండి చూసినవారు ఇంటితో గుర్తించగలరు.

దూరం నుండి బస్సులో కూర్చుని చూస్తున్న నాకు ఒక్కసారిగా కీళ్యా పసుపురంగు ఒంటితో, ఐదడుగుల ఎత్తుతో పెద్దగా లావు లేకపోయినా, అతడి శరీరం నుండి బొజ్జ బయటికి రాలేదు, నిజమైన వయస్సు కన్నా ఐదారు సంవత్సరాలు తక్కువగా కనిపిస్తున్నాడు. ఇప్పుడు పసుపు శరీరంతో ముఖం ఇంకా చురుగ్గా ఉంది. అదే పచ్చని శరీరంతో స్మశానం నుండి బయటికి వచ్చి నిలబడ్డప్పుడు ఒక్కసారిగా నిశ్శబ్దం. జవాబు దొరకని ప్రశ్నలు. మౌనానికి సవాల్‌చేసే పసుపురంగు శరీరం. అతడు మాత్రం దేని గురించి ఆలోచించకుండా. తన పాలిట తాను చూపుడువేలు-మధ్యవేళ్ల మధ్యలో బీడి పెట్టుకొని పొగలేని గాలిని గుండెల్లోకి బయటికి, లోపలికి లాగుతూ, ఆకాశానికి కృతకమైన పొగ వదులుతున్నాడు. అతడి ముఖంలో ఎలాంటి ఉత్సాహం, గుండె చప్పుళ్లూ లేవు. కేవలం తొడుక్కున్న బట్టలు మారాయి అంతే.

Praveen Kumar Honnakuduri is a younger-generation short story writer. Trying to explore writing narratives in a local dialect.

Srujan is an Engineer by profession and a translator by passion and choice. He has translated and published books from Kannada to Telugu vis-à-vis. 'Motorcycle dairies', 'Jumma', and 'Nannistha' are a few to mention. Srujan has translated **Praveen Kumar Honnakuduri**'s story 'Keelya' along with **Bhuvana Hiremath**'s story 'Dindiraki' into Telugu.

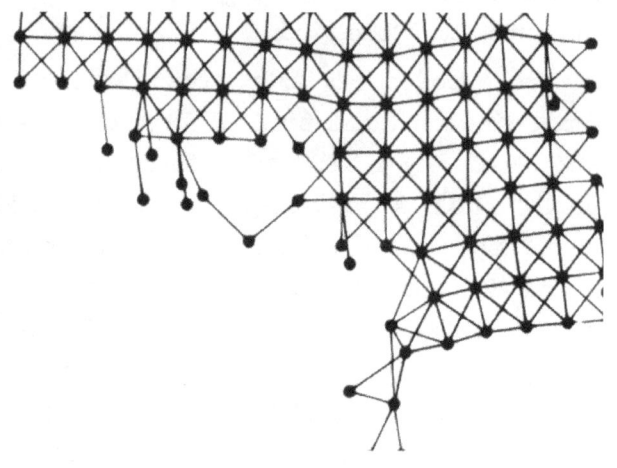

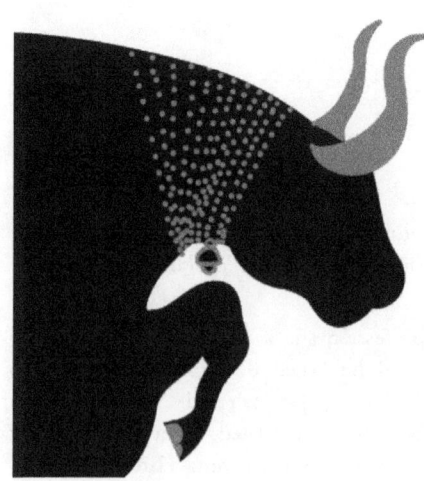

8

దిండరికి

భువనా హిరేమఠ
అనువాదం: **సృజన్**

సాయంకాలం సమయంలో బడి పెరట్లో మునగచెట్ల మొద్దులు జిగురు కారుస్తూ ఉన్నాయి. దాని వెనుక అరుపు దూరంలో దొడగెరి ఊరు. కొంగల గుంపు ఈ సాయం సమయంలో ఆటలాడుతూ, ఈతలు కొడుతూ తామరతీగలో విరిసిన పూలమొగ్గల్ని చూసి దండెత్తి వచ్చినట్లు కనిపిస్తున్నాయి, లాస్ట్ పీరియడ్‌లో కుసుమి, వనజి, శైలి, తాంజి బడి పెరట్లో తొక్కుడుబిళ్ల ఆడుకుంటూ వంతుకోసం ఎదురుకూస్తున్నారు. ఏడో తరగతిలో వీళ్లు నలుగురు అమ్మాయిలు, ఆరుమంది అబ్బాయిలు ఉన్నారు.

కాగినెలె నుండి తొమ్మిది కిలోమీటర్ల దూరంలో ఉన్న చిన్న పల్లెటూరు. ముందు ఒకే మాస్టారు ఉండేవారు. నాలుగో తరగతి వరకు క్లాసులుండేవి. రెండేళ్ల కిందట మరో మాస్టారు, ఒక అక్కయ్య వచ్చినప్పటి నుండి ఏడో తరగతి వరకు క్లాసులు ప్రారంభమయ్యాయి. ఊరికి రెండే బస్సులు క్రిస్నా మరియు హానగల్లు. రోజుకు రెండు సార్లు వచ్చి వెళతాయి. ఆ బస్సుల్లోనే మాస్టార్లూ వచ్చి వెళతారు.

బడి గంట రంగురంగుమంటోంది. బడి అయిపోయినట్లే లెక్క. అయినా కుసుమీది తొక్కుడుబిళ్ల వంతు ఇంకా రాలేదు.

''రేపు సాయంత్రం నీదే ఫస్టు వంతు. ఆడుదువుగానీ రా. ఇక స్కూల్ సంచి తీసుకో నువ్వు. బడికి తాళం వేస్తారు,'' అంది తాంజి క్లాస్‌రూమ్ వైపు అడుగులేస్తూ. వనజ, శైలి కూడా తన వెంటే వెళ్లారు. ఇష్టం లేకపోయినా కుసుమి పెడమొహం వేసుకొని కాళ్లని దబదబలాడిస్తూ, దుమ్ము లేపుకుంటూ వారి వెనుక నడిచింది. పుస్తకాల సంచి భుజాన వేసుకొని ఇంటికెళ్తుంటే ఇంటి ముందున్న కట్ట మీద కూర్చున్న వారందరూ బడిపిల్లల్ని తమాషాగా ఆట పట్టించేవారు. కుసుమి ముఖాన్ని చూసి ఊరుకుంటారా?

''ఏమే కుసుమి, ఎప్పుడు పాయసం తినిపిస్తావ్? మీ నాన్న ఛైర్మన్ కదా, ఖర్చు పెట్టించు. మూటల్ని కట్టడం, దాస్తాను నింపడం చాలించమని చెప్పు. నీ మొదలు బెదరలేదనీ మొహం అలా పెట్టుకున్నావే పిల్లా?''

''మీ నాన్న ఛైర్మన్.... మీద తీగలు అల్లుకుంటున్నాయి. అవునా తాంజీ. ఛైర్మన్ క్రిస్మా బస్సు నుండి నేరుగా మీ ఇంటికే చేతినిండా పార్శిళ్లను పంపించారటనే.''

''కుసుమి, తాంజీ కళ్లు, ముక్కు ఒకేలా ఉన్నాయి... కనిపించట్లే... చూడండి అందరూ.''

''ఏయ్ ఊరుకోండే. ఊరి పంచాయితీ మనకెందుకు. పిల్లలు ఇంటికెళ్లి చెబితే, అంతే. ఛైర్మన్ చంద్రప్ప సూరీడులా మారుతాడు తల్లీ,'' అంటూ చెరొక మాట మాట్లాడుతున్నారు.

వీధి ముగుస్తున్నట్లే ప్రవేశద్వారం దగ్గరున్న కొళాయి నీటితో కాళ్లు, ముఖం కడుక్కొని బసవదేవుడి గుడి ముందు కాళ్లకున్న చెప్పుల్ని సగం విడిచి, దండం పెట్టుకొని తమ ఇంటిదారి పట్టారు.

కుసుమి వాడిపోయిన మొహం చూసి అనసవ్వ, ''ఎందుకే తల్లీ మొహం ఇట్లా పెట్టుకున్నావు. నాన్నేమైనా చూసినాడ... ద్వారం దగ్గర? ఏమైనా అన్నాడా నిన్ను.'' మాటలకు బదులుగా కుసుమి కళ్ల నుండి నీళ్లు ఉబికాయి. అనసవ్వ ఆ పిల్లతో ఇంకేం మాట్లాడకుండా లోపలికెళ్లి రొట్టె, దానిమీద కొంచెం కరిండి (రొట్టెలతో తినే పొడిలాంటిది) వేసి, ''దీన్ని తిను, ఆకలి గొన్నట్లున్నావు,'' అంటూ ముంగిటివైపు వెళ్లింది.

కొండకెళ్లి కడుపునిండా మేసి, పెద్ద చెరువు నీళ్లు తాగి తేన్పుతూ వచ్చిన పశువుల్ని ఇంటి పక్కనున్న కొట్టంలో కట్టి, కాళ్ల దగ్గర కొంచెం వరిగడ్డి వేసి వచ్చింది.

కుసుమి కదలకుండా కూర్చొని ఉంది. చేతిలోని రొట్టె ఒక్క ముక్క కూడా తినలేదు. కోపంతో ఒకసారి కుసుమీని చూసిన అనసవ్వ, "దీని నాన్నది, దీనిది ఒకే రకమైన అలవాటు. గుర్రుమని కూర్చుంటారు. ఏమైనా పాడైపోండి," అని గొణుగుతూ చాయ్ పెట్టడానికి లోపలికెళ్లింది. కుసుమి రొట్టె తిని అక్కయ్య ఇంటికి చదువుకోవడానికి వెళ్లింది.

స్కూలు అక్కయ్య వీళ్ల ఇంటి దగ్గిరే బాడుగ ఇంట్లో ఉంటున్నారు. దూరంగా 'అథణి' నుండి ఇక్కడికి టీచరుగా వచ్చారు. ఆమె భర్త ఏదో సీడ్స్ కంపెనీలో ఉద్యోగం చేసేవారు. సంవత్సరం వయస్సుండే చిన్న పాప వారికి. స్కూలు ముగిసిన తర్వాత అక్కయ్య ఒకరిద్దరు బడిపిల్లల్ని ఇంటికి పిలిచి చాయ్ ఇచ్చి, చిన్న చిన్న ఇంటి పనులను చేయించేవారు. కుసుమి కూడా చెయ్యి వేసేది. ఛైర్మను కూతురని భయపడుతూ తనకి అక్కయ్య ఏ పనులు చెప్పేవారు కాదు. అయినా ఆ పిల్ల వదలదు. ఏదైనా పనిచేసి తీరేది. ఇక్కడంతా వారానికి రెండుసార్లు ఇల్లు అలకడం, గోడకు ఎర్రమట్టితో నాలుగువేళ్ల వెడల్పుతో 'కాని' గీస్తారు, ఇల్లు అందంగా కనిపిస్తుందని. ముసలవ్వలు కోడళ్లని ఆట పట్టిస్తారు. 'కాని' గీత చక్కగా రాకపోతే, "ఈ పిల్లకేం రాదు. కనీసం 'కాని' కూడా చెయ్యదు తల్లీ," అంటూ రచ్చబండ మీద కూర్చున్నప్పుడు చర్చలు జరిగేవి. ఈ పనిని కుసుమి చాలా నీటుగా చేసేది.

ఈరోజు ఆ పిల్లకి పని మిగల్లేదు. మంకు పట్టినట్లు కూర్చున్న కుసుమిని చూసి అక్కయ్య, తన చిన్నపాప చేతికి ఊరి నుండి తెచ్చిన నాగులచవితి నువ్వుండను ఇచ్చి కుసుమక్కకి ఇవ్వమని పాప నుదుటి మీద ముద్దిచ్చి పంపించింది. బుజ్జి బుజ్జి అడుగులు వేస్తూ బొమ్మలా నడుచుకు వస్తున్న పాపని చూసి లేచి వెళ్లి నవ్వుతూ పాపను ఎత్తుకొని ముద్దులు పెడుతూ అంతా మరిచిపోయింది కుసుమి. తర్వాత నవ్వుతూ, నవ్వుతూ కొంచెం చదువుకోవడం, రాసుకోవడం చెయ్యసాగింది. తెలియని విషయాలని అక్కయ్యని అడిగి తెలుసుకునేది. అక్కయ్య కూడా వంట పని చేసుకుంటూ పిల్లలకి చదువు చెప్పేవారు. ఆమె భర్త రావడం కొంచెం ఆలస్యం అయ్యేది. ఆడపిల్లలంతా ఎనిమిదికో, ఎనిమిదిన్నరకో ఇళ్లకు వెళితే మగపిల్లలు అక్కయ్య భర్త వచ్చేవరకూ

ఉండేవారు. అందులో కొంతమంది వరండాలోనే పడుకునేవారు, అక్కయ్య ఇంట్లోనే అన్నం తిని.

తెల్లవారగానే వేరే ఊళ్ల నుండి వచ్చిన అక్కయ్యలాంటి వారికి 'చెంబు' తీసుకొని బయటకు వెళ్లటం పెద్ద సమస్య ఈ ఊరిలో. ఇక్కడ జనం 'నీటివైపు', పెద్ద చెరువువైపు' అని చెప్పి పొదల వెనుకకెళ్లి పని ముగించుకొని వచ్చేవారు. ఒక్కరి చేతిలోనూ 'చెంబు' ప్రమేయం లేకుండానే. 'పెద్ద చెరువు' దాదాపు పది ఎకరాలలో విస్తరించి ఉండేది. ఊరి ఒక వీధి పెరటికి అంటుకున్నది దక్షిణ వైపు, గౌటన్నుకు దాని తూర్పు, కొండ అంచు చివర్న దాని ఉత్తరం, పడమర వైపు అంటుకొని కొండకి వెళ్లే చిన్న దారి ఉండేది. తమాషా ఏమిటంటే, గౌటన్ను వైపు ఉండే చెరువుగట్టు ఆడపిల్లలకి, మరియు కొండవైపు ఉండే చెరువుగట్టు మగపిల్లలకీ అన్నట్లు అలిఖిత శాసనం రాసినట్లుండేది ఆ ఊళ్లో. వారికి కేటాయించిన చెరువుగట్టు మీదే నీళ్లు ముట్టించుకొని రావడం ఆనవాయితి. ఇలాంటి చరిత్ర ఉన్న ఇక్కడ అక్కయ్య శుభ్రంగా తెల్లారిన తర్వాతే కుసుమితో కలిసి ఒక పెద్ద ప్లాస్టిక్ చెంబుతో సందు దారిలో వెళ్లి కాస్త బయలుగా ఉండే కొండ దగ్గర నీలగిరి పొదల మాటున స్థలం వెతుక్కోవటం తప్ప వేరే దారి కనిపించలేదు.

ఎప్పటిలా కుసుమి లేచి అక్కయ్య ఇంటివైపు వచ్చింది. ఇద్దరూ కలిసి కొండవైపు వెళ్తున్నారు. 'కడుహొండి' దారికి ఎడంవైపు చెరువుంటే, కుడివైపు కొంచెం పలచటి కొండ, అక్కడక్కడ విసిరేసినట్లు కొన్ని ఇళ్లుండేవి. అందులో కుసుమి స్నేహితురాలు తాంజి ఇల్లు కూడా ఉంది. ఇలా వెళ్తున్నప్పుడు ప్రతిరోజూ దూరం నుండే కుసుమి, తాంజి చేతి సైగతలతో ఏదేదో మాట్లాడుకునేవారు. అక్కయ్య చిర్నవ్వుతో ముందుకెళ్లేవారు. ఈరోజు తాంజీ ఇంటి దగ్గరికొస్తూనే ఇంటి దగ్గర తను కనబడలేదు. ఇంటి పెరట్లో నుండి ఎవరో తెల్లపంచ కట్టుకున్న మగమనిషి బయటికి వెళ్లినట్టయింది. తాంజీ కనిపించకపోయేసరికి కుసుమి కాస్త నిరాశ కలిగినా, దారి పొడవునా చిన్న చిన్న కాకి పళ్లు, కుటంబరి పళ్లు కోసుకొని తింటూ వెళ్లింది.

బడి గంట మ్రోగుతుంది. ఏవో ఆటల్లో లీనమయి ఉన్న పిల్లలందరూ ఉరుకుతూ వెళ్లి క్లాసుల్లోకి దూరిపోయారు. కొంచెం ఆలస్యంగా హొనగల్లు బస్సు దిగి వచ్చిన మాస్టారు ఆందోళనగా హెడ్‌సారు గదిలోకి వెళ్లి క్లాసుకి వచ్చారు. క్రితంరోజు చెప్పిన పాఠాన్ని ఒక్కసారి గుర్తుచేసి, ఈరోజు ఏడో క్లాసులో సరళ

సమీకరణలు, తీసివేతల గురించి ప్రారంభించారు. లెక్కల్లో బుద్ధిమంతురాలయిన కుసుమి, మాస్టారుకి ఒక ప్రశ్న వేసింది. ఆయన చెప్పిన జవాబు తనకి నచ్చిందని మాస్టారికి తెలిసింది. అలాగే క్లాస్ ముందుకెళ్లినా మాస్టారు, ఆ పిల్ల మనస్సు నుండి ఆ ప్రశ్న తాలూకు వివరాలు అలాగే మిగిలి పోయాయి. అంతలోనే అక్కడే ఎదురుగా ఉండే అంగన్‌వాడిలో చేస్తున్న పలావు ఘుమఘుమలు క్లాసులోని పిల్లల నోరు ఊరించింది.

ఒంటేలకు గంట కొడుతూనే తాంజి, కుసుమి చేతులు పట్టుకొని అంగన్‌వాడి వైపు వెళ్లారు. ఇద్దరికీ చెరో ప్లేటులో పలావు వేసిచ్చిన ద్యామవ్వ, ఇద్దరినీ తినమని సైగ చేస్తూనే మిగతా పిల్లలకి తినిపించసాగింది. అలా సైగ చేస్తున్నప్పుడు అంగన్‌వాడి ఆయా ద్యామవ్వ నుదుటి మీద వేలాడుతున్న 'వాళ' (చర్మం మీదున్న చిన్న గడ్డలాంటిది) కదులుతుంది. ఇద్దరికీ పలావు ప్లేటు ఎందుకు ఎదురుచూసేదంటే, తాంజి అవ్వ ఈ అంగన్‌వాడి అక్కయ్య. ఆమె ఏదో దూర రాష్ట్రం నుండి వచ్చినట్టుండేది. పేరు మీనాంజన. అందరూ మీనా మీనా అని పిలిచేవారు. సరళంగా, అందంగా ఉన్న ఈవిడ ఊరిలో ఎవరితోనూ ఎక్కువగా మాట్లాడేది కాదు. ఈవిడతో ప్రస్తుతం ఉండేది తాంజి ఒక్కతే. ఈమె అమ్మా నాన్న, భర్త, అత్తమామల వివరాలు ఎవరికీ సరిగ్గా తెలియవు. అంతర్ముఖి మీనా ఎవరితోనూ మాట్లాడదు. ద్యామవ్వకు మాత్రం కాస్తో కూస్తో తెలుసు అంతే. ఒక్కొక్కరు ఒక్కోలా తమ జ్ఞాపకాలతో కథలని అల్లినారు. ఒక్కతే ఆడది అంటే వదుల్తారా? అందుకే పాతకాలం పెద్దవారు ఇంట్లో ఖాళీకుండ ఉండకూడదు అని చెప్పేవారు. ఒకవేళ ఖాళీగా ఉంటే దానిన బోర్లించి పెట్టాలి. పాపం ఈ పిల్లలకి ఏం తెలిసినట్టు లేదు. తాంజికి కొంచెం తెలిసినా కుసుమికి ఏమీ తెలియదు వీరి చరిత్ర-వర్తమానం గురించి. కానీ వీళ్లమ్మ అనసవ్వ అడిగిందానికి, తాంజి ఇంటివైపు తాను ఎప్పుడూ వెళ్లలేదు. అది ఎందుకని తను అడగలేదు లేక అడిగినా ఆమె చెప్పలేదు. పలావు తిని వచ్చే లోపల బడిలో దాదాపు అక్కయ్య క్లాసు అయిపొయ్యే సమయం. ఏడుస్తూ కిరికిరి చేస్తున్న అక్కయ్య పాపని ఎత్తుకొని ఇద్దరూ బసవదేవుడి గుడివైపు నడిచారు. అక్కడ ఎవరో మడుగు వస్త్రాలను ధరించి గుడి చుట్టూ ప్రదక్షిణలు చేస్తున్నారు. పాప ఆ దృశ్యాన్ని చూసి మరింత ఏడ్పు లంకించుకుంది. ఏం చెయ్యడానికి పాలుపోక పాపను కరిబసప్ప మరమరాల అంగడికి తీసుకెళ్లగానే, కరిబసప్ప పాప చేతికి కారం మరమరాల పొట్లం ఇచ్చాడు. ఏడుపు ఆగింది. మరమరాలంటే పాపకు ప్రాణం.

మళ్లీ సాయంత్రం పిరియడ్ వచ్చేసింది. ఈరోజు తొక్కుడుబిళ్ల వంతు కుసుమిది. తొక్కుడుబిళ్ల ఆడుతూనే మైమరిచిన పిల్లకి విపరీతంగా కడుపునొప్పి వచ్చింది. అక్కయ్య ద్వారా కడుపునొప్పి సంగతి తెలుసుకునేలోపల ఛైర్మన్‌గారు బడి వైపు వస్తున్నారు. ఎందుకు బడివైపు వచ్చారో తెలియదు. కుసుమి కడుపునొప్పి బాగా ఎక్కువై ఆ పిల్లని ఇంటికి పిలుచుకు వెళ్లే లోపల సమస్య గురించి ఏమీ తెలియలేదు.

మరుసటిరోజు ఉదయం అక్కయ్య ఇంటికి కుసుమి రాకపోవటం వల్ల, ఆమె మరో పిల్లని పిలుచుకుని కొండవైపు వెళుతుంటే, తాంజి ఇంటి ముందు ఎవరో ఒక మగమనిషి ఆ పిల్ల రెండు జడలని లాగి ఈడ్చుతూ, 'ఎవరు చెప్పు, నీకు ఆ చెవి పోగులు కొనిపెట్టింది,' అని బిగ్గరగా అరుస్తూ తీవ్రంగా కొడుతున్నాడు. నిన్నటిరోజు చూసిన కొత్త మనిషి ఇతడు కాదనిపించింది అక్కయ్యకి. చాలాసేపు దృశ్యాన్ని చూడలేక అలాగే వారు ముందుకెళ్లిపోయారు. పాపం తాంజిని అతడు ఇంతలా కొడుతున్నాడంటే ఆ పిల్ల తండ్రి కాదేమో! లేక ఆ పిల్ల ఏదైనా తప్పు చేసిందో అని లెక్క తెలియక అదే ధ్యాసతో సరైన టైమ్‌కి బడికెళ్లారు అక్కయ్య,

బడిలో ఈరోజు తాంజి, కుసుమి ఇద్దరూ ఆబ్సెంట్. విచారిస్తే కుసుమి పెద్దమనిషయిందని, పద్దెనిమిదో రోజు 'సోబానె' చేసి బయటికి పంపిస్తారని తెలిసినా, తాంజి గురించిన బాధ అక్కయ్యని పీడించసాగింది. ప్రాణం ఉండబట్టలేక ఇంటర్‌వెల్‌లో బడి ఎదురుగా ఉండే అంగన్‌వాడి ఆయా ద్యామవ్వతో పిచ్చాపాటి మాట్లాడుతూ, తాంజి బడికి ఎందుకు రాలేదని ఆరా తీసింది.

''అక్కయ్యగారూ... వాళ్లదో పెద్ద రామాయణం కథ. వదిలెయ్యండి. మీరు అక్కయ్యగారైనా నాకు తల్లిలాంటివారు. ఉదయం వాళ్లింట్లో జరిగింది నాకూ తెలుసు అక్కయ్యగారూ. పాపం తాంజి దీంట్లో బలిపశువు,'' అన్నప్పుడు ఆమె నుదుటనున్న గడ్డ మళ్లీ కదలసాగింది. ఆ కదలటం ఒకసారి శుభం మరోసారి అశుభం అనిపించేది. అందుకే ద్యామవ్వ ఒకరకమైన 'కాలజ్ఞాని' అనిపించేది. ఇప్పటికి ఇదంతా ఎందుకని, నిద్రపోవడానికి సిద్ధంగా ఉన్న పాపని భుజాల మీద వేసుకొని క్లాస్‌రూం వైపు వెళ్లారు అక్కయ్య.

★

కుసుమికి పసుపునీటితో స్నానం చేయించి, నెయ్యి సేమ్యా తినిపించి నిద్ర పుచ్చింది అనసవ్వ. తను కూడా ఆ పిల్ల పక్కన ఒక బొంత పరుచుకుని పడుకుంది. ఛైర్మన్ భర్తకీ తనకీ కెమిస్ట్రి లేక చాలా ఏళ్లయింది. ఒకటి రెండు గంటలు నిద్ర అయిన తర్వాత కుసుమి కెవ్వున కేకవేసి, ''పాము... పాము....'' అని రొప్పసాగింది.

అనసవ్వ లేచి, ''ఎక్కడుందే పాము... ఇట్టా సమయంలో ఆడపిల్లలకి భయం వేస్తుందని మా అమ్మ చెప్పేది. హాయిగా పడుకోవే, నేనున్నానుగా,'' అంది. ఒక్క ఉదుటున అమ్మ కౌగిట్లో దూరి గట్టిగా అమ్మని పట్టుకుంది కుసుమి. మనస్సులో అనసవ్వ మలినమయ్యానే అనుకున్నా, భయపడ్డ కూతుర్ని చూసి ఏం మాట్లాడకుండా ఊరికే ఉండిపోయింది. కుసుమి ఏదో వాగుతూనే ఉంది. మాటలు స్పష్టంగా వినిపిస్తున్నాయి. ఆ మాటల సారాంశాన్ని అనసవ్వ ఉదయమే లేచి ఇరుపన్నకి చెప్పింది.

అనసవ్వ మెడలోని తాళిని ఎవడో మంత్రగాడు పాములా చేసి చూపిస్తానని ఇంటి ముంగిట్లో చెబితే, అదంతా మోసమని మా అక్కయ్య క్లాసులో చెప్పింది. నువ్వు మాకు ఏదో మోసం చేస్తున్నావని కుసుమి అన్నట్లు, ఒకరికొకరు పోటీ పడి నిజంగా మూడు చినుకులు మంత్రించిన నీరు, ఒక చిటికెడు అంగారంతో అనసవ్వ మెడలో ఉన్న తాళి క్రమంగా తోకతో మొదలయ్యి నాగుపాముగా, తాళి ఉన్న భాగంలో పడగలేచి ఆమె ఎదను కుట్టినట్లు అనిపించింది. అనసివి ప్రాణానికి ఏంకాలేదు, ఆమెని కాటేసిన ఆ పాము ఒకటి రెండు గంటల్లో చచ్చిపోయి, శక్తినంతా పోగొట్టుకొని, అనసివి పాదాల మీద పడుతూనే నీటిలా ప్రవహించినట్లు.

ఈ పాటికి ఇరుపన్న ఇదంతా విని, ''ఎవరికో మంచిగా ఉండేది మరొకరికి చెడుగా ఉండవచ్చు. లేక అందరికీ చెడు కలిగించే విషం సైతం ఒక్కోసారి, ఒక్కో నిమిషం గెలుపుతో విర్రవీగుతుంది. శక్తి అనేది స్థితి-లయల నడుమ ఉంటుంది. చింతను వదిలి హాయిగా ఉండండి. పాలిట వచ్చిన అన్నం తిని చల్లగా ఉండండి. లేకపోతే పస్తులతో చస్తారు. ఇంతే గుర్తుంచుకోండి,'' అంటూ ఒక్క ఉదుటున కొంచెం అంగారాన్ని కుసుమి నుదుటికీ, కొరివికీ పూస్తూ, రాగి కాయితంలో 'అంత్రం' రాసి మడిచిపెట్టి చీటి తయారుచసి, స్నానం చేసిన తర్వాత కుసుమి రెట్టకి కట్టమని చెప్పి దాన్ని అనసివి చేతిలో పెట్టాడు. పైటకొంగు ముడిలో చీటిని కట్టుకొని ఇరుపన్నకి నూట ఒకటి చేతిలో పెట్టి,

కొంగుముడిని నుదుటికి ఆనించి అతడి పాదాలకి నమస్కరించింది. ఇరపన్న లేచి పోయాడు.

ఛైర్మన్‌గారు రాత్రి ఎక్కడున్నా, ఎటు మాయమైనా ఉదయం చాయ్ తాగే సమయానికల్లా ఆమె చేతి చాయ్ తాగేవారు. కానీ ఈరోజు చాయ్ తాగే సమయం దాటిపోయి, ఉప్మా తినే సమయం దాటి, బడి గంట ఠంగు ఠంగుమన్నా ఇరపన్న సమయం ముగిసి, కుసుమి అలిసిపోయినా ఛైర్మన్‌గారు ఇంటికి రావటం అటుంచి, ఇంటి దారిలో కూడా లేరు.

ఎలాగోలా కుసుమి లేచి కలో, భ్రమో దాని నుండి సగం బయటికొచ్చి ఏదో కొంచెం తిని మంకు పట్టినట్లు కూర్చొని ఉంది. ఒకటి రెండుసార్లు ముంగిట తలుపులని దాటుకొని తొంగిచూసి లోపలికెళ్లి తలుపులు వేసి, కుసుమిని హాల్లో కూర్చొ పెట్టి టి.వి. బటన్ ఆన్ చేసింది.

★

తాంజి చెవిపోగుల సంగతి అంతటితో ఆగలేదు. తాంజికి ముంగిట్లో పడ్డ పదిరెట్లు దెబ్బలు మీనాకు గదిలోనే పడ్డాయి. కొట్టిన రాక్షసుడు ఎవరని ఊరి జనం తలో మాటా మాట్లాడింది నిజమే. కానీ ఎవరి మాట నిజం?

★

మీనా ఈ ఊరు చేరి దాదాపు పదేళ్లయింది. అంతో ఇంతో చదువుకున్నట్లు అనిపిస్తోంది. మూడు నాలుగేళ్ల పసిపాపతో స్కూలు బోరు దగ్గరున్న దుర్గమ్మ గుడి దగ్గర కూర్చొని ఉందట. నీళ్ల కోసం వెళ్లిన ఆడవాళ్లు వివరాలు సేకరించి, ఎక్కడినుంచో వచ్చింది, భర్త ఇంటి నుండి తరిమేసాడట, భర్త మాట ధిక్కరించి ఉద్యోగం-సద్యోగం అంటూ ప్రైవేటు స్కూల్లో టీచరుగా పనిచేసేదట. తల్లిదండ్రులు వేరే ప్రాంతంవారు. పర్యటనకో, పనిమీదో దావణగెరె మనిషితో ప్రేమ-దోమ అంటూ పారిపోయి వచ్చిందట. పెళ్లి కూడా చేసుకొని ఒక పాప పుట్టిన తర్వాత ఇలా అభిప్రాయబేధాలు వచ్చి రోజుకో గొడవ జరిగి, హద్దులు దాటి భర్త ఇంటి నుండి గెంటేసాడు. ఆత్మాభిమానం గల తను ఎవరికోసమో బిచ్చమెందుకు ఎత్తుకోవాలి, తల్లిదండ్రులు ఎలాగూ ఇంట్లోకి పిలుచుకోరు. అందుకే ఏదో ఆలోచించి మా ఊరికొచ్చింది, అంటూ గుసగుసలు ఊళ్లో వినబడుతున్నాయి. దీన్ని గురించి అడిగితే కొందరు తమకి తోచినట్లు ఆమెని నోటికొచ్చినట్లు తిట్టేవారు.

"ఒకడిని నాశనం చేసి వచ్చింది. ఇక్కడ ఇంకెంతమందిని నాశనం చేస్తుందో పాడుది?"

"ఇష్టపడిన వాడి కాళ్లు పట్టుకొని బ్రతిమాలాల్సింది. అతడు బయటికి గెంటేసాడని బయటికి రావడమేనా? బాగా కొవ్వు దీనికి."

"అయ్యో పాప కోమైనా భర్త కాళ్లు పట్టుకొని కాపురం చెయ్యకూడదా, పాపిష్టిది."

ఒక్కరూ గెంటేసిన మహాపురుషుడి గురించి ఒక్క మాట మాట్లాడ్డం లేదు. ఇలాగే మధ్యాహ్నం వరకు జరిగింది. ఎవరో పుణ్యాత్ములు ఇంటికి పిలుచుకెళ్లి భోజనం పెట్టారనిపిస్తోంది. వారు ఈ అనసివి, ఆమె కుటుంబీకులు అని జనం ఇప్పటికీ చెబుతారు. కొద్దిరోజులు ఇలాగే వారి మీద ఆధారపడి ఉన్నారేమో. అప్పటి నుండి తాంజి, కుసుమి స్నేహం. అనసివి కూడా పేగుతీపి కలది. మీనాకి పంచదార, చాయ్‌పొడి, కిరాణా సామాన్లు ఇచ్చి స్వంత చెల్లిలా చూసుకునేది. ఎలాగూ అప్పటి నుండి కుసుమి తండ్రే ఛైర్మన్, ఎక్కడో ఊరి బయట ఒక ఇంటిని శాంక్షన్ చేయించి, మీనాకి ఒక ఆశ్రయం కల్పించి ఊరి పంచాయితీలో ఒక తీర్మానం తీసుకున్నట్లు అంగన్‌వాడి అక్కయ్యగా నియమించారు. ఇంత జరిగింది ఈ కాలంలో చాలా గొప్ప విషయమే. ఇక ఉపకారం చేసిన భ్రమ ఒక మగాడిని ఊరికే వదిలేసిందా, అందులోనూ ఊరి ఛైర్మన్‌గారిని. అదే జరిగిందిక్కడ. అప్పుడప్పుడు మీనా ఇంటికి వెళ్లటం పిచ్చాపాటి మాట్లాడ్డం జరుగుతూ ఉన్నా తను మాత్రం సహకరించేది కాదు. ఏదో దస్తావేజు సంతకం అంటూ దొంగ నెపంతో ఆమె ఇంటికి వెళ్లి రావటం అలవాటైపోయింది ఛైర్మన్‌గారికి.

మీనాకి రాను రాను జీవితానికి ఇదో ఆసరాలా అనిపించసాగింది. కిరాణా సామాన్లు లాంటివి ఛైర్మన్‌గారు చూసుకునేవారు, ఊరి వాలికారుడి (ఛైర్మన్ సహాయకుడు) సాయంతో. ఛైర్మన్ ప్రవర్తనలో రానురాను మార్పు వచ్చింది. పగటిపూట ఏమీ ఎరగనట్లు ఉంటూ, చీకటి పడగానే దొంగపిల్లిలా మీనా ఇంటికి రావటం మొదలుపెట్టారు. మీనా అంత సులభంగా ఛైర్మన్‌గారిని ఒప్పుకోలేదని అందరికి అనిపించటం సహజం. ఎవరికి తెలుసు వారిద్దరి మధ్య ఎలాంటి కెమిస్ట్రీ ఉందో. మొత్తానికి అనిసివి జీవితం అక్కడికి ముగిసిపోయిందనుకోండి. మీనా మీద సవతి మత్సరం మొదలైనట్టే. అనసివి కూడా మొదట్లో కోప్పడటం, రాత్రంతా ఎక్కడికెళ్లావని అడిగేది. ఏడ్చి ఏడ్చి కన్నీరు మున్నీరవ్వటం జరుగుతూ ఉంది. అతడి కర్రదెబ్బలకి భయపడి

మౌనంగా ఉండడం అలవాటైపోయింది. ఇంట్లో తినడానికి తిండి లాంటివి ఏమాత్రం తక్కువ లేకుండా, రాత్రుళ్లు మాత్రం ఇంటికి సంబంధం లేనట్లు ఉండి కొన్ని సంవత్సరాలే గడిచాయి. అనసివి పిల్లాజెల్లలతో, పాడి-పశువులతో, పేడ-పిడకలతో జీవితం సాగదీస్తోంది.

ఇటు మీనా సుఖంగా ఉందా అని చూస్తే, ఆమె అందానికి కదిలిపోయిన ఛైర్మన్‌గారు ఇప్పుడు అనుమానాల పిశాచి అయ్యాడు. వాలీకార్, మీనా అక్కాతమ్ముళ్లలా ఉండేవారు. అతడి మీద, అంగన్‌వాడి ఎదురుగా ఉండే స్కూల్‌మాస్టరు మీద, అంగన్‌వాడికి బియ్యం దించే డ్రైవర్ మీద... మొత్తానికి ఏదో ఒక మగాడు మీనాతో ఒక్క మాట మాట్లాడినా దాన్ని కళ్లర్ర చేసి చూసే చెడ్డ అలవాటుకి పడిపోయాడు ఛైర్మన్ చంద్రప్ప. మీనాకు ఎన్నోసార్లు ఊరు విడిచి వెళ్లిపోదామనే ఆలోచన వచ్చింది. కానీ ఈ డేగ వదలాలి కదా? ఉన్న ఇరవై నాలుగు గంటలు పాములా కాపలా కాచుకొని ఉంటాడు. బుస్సున లెయ్యనూ లేయడు ఈ శనిగాడు.

గుండ్రంగా ఉన్న భూమి మీద చీడపురుగుల సంఖ్య చాలా ఉంది. ఎంతని పరుగు తియ్యటం. ఎక్కడో ఒకచోట కింద పడిపోతే పురుగులకి ఆహారం కామా. అయినా ఈ బయలులో పరిగెత్తడానికి, భద్రంగా తలుపులు వేసుకొని గోడల మధ్య కూర్చోవడానికి చాలా తేడా ఉంది.

★

అదే నిన్న తాంజిని ఈడ్చుకొచ్చి ముంగిట్లో బాదింది, గదిలో వేసి మీనాని కర్రతో దెబ్బలు వేసింది ఈ మహానుభావుడే... జరిగింది ఏమిటంటే... ద్యామవ్వ చెప్పినట్లు...

హానగల్లు బస్సు దిగి అంగన్‌వాడి దగ్గరికి ఎవరో కొత్త మనిషొచ్చి, కుళాయి ట్యాంకు దగ్గర నిలబడి, ద్యామవ్వ కుళాయి దగ్గరికి వచ్చేవరకు ఎదురుచూస్తూ, ఆవిడ వచ్చిన వెంటనే ఆమె చేతిలో ఒక బాక్సుని పెట్టి తాంజికి ఇవ్వమని చెప్పి ముఖం కూడా చూపించకుండా వెంటనే వెళ్లిపోయాడు. ద్యామవ్వ, ''ఎవరయ్యా నువ్వు... ఓ అన్న ఇక్కడ చూడు,'' అంటున్నా వెనుదిరిగి చూడకుండా దూరంగా వెళ్లిపోయాడు, ఎవరికీ కనిపించకుండా.

చూడడానికి తాంజిలా అనిపించి, తాంజికి ఇవ్వమని చెప్పి నగలు ఇచ్చినందు వల్ల, ఆ పిల్ల తండ్రినే అయి ఉండవచ్చననీ ద్యామవ్వ అనుకొంది.

వయస్సులో బాగా చిన్నగా అనిపించడంవల్ల, అతడు తాంజి తండ్రి అన్న నమ్మకం కలగలేదు. తనిఖీ చెయ్యడానికి సమయం లేనందువల్ల బాక్సులో ఏముందోనని చూడలేక మీనాకి బాక్సు ఇచ్చింది. తర్వాత గర్భిణీ స్త్రీలకు ఇవ్వవలసిన పలావు పళ్లాలని ఒకదాని మీద ఒకటి పేర్చుకొని, బొగాన గిన్నె తలమీద పెట్టుకుంది.

★

తర్వాత ఏమైంది అనుకునే లోపల కుసుమికి వచ్చిన కల వాస్తవమో, భ్రమనో అని అనుకున్న రాత్రి ఒక పెద్ద ఘటన జరిగిపోయింది. అదెలా చెప్పటం, ఇప్పటికీ చేతులు కాళ్లు వణికిపోతాయి. ఆ చెవిపోగులు ఎవరిచ్చారని అసలుకు ద్యామవ్వకి సైతం తెలియదు, మీనాకు తెలియదు. తాంజికైతే అస్సలు తెలియదు. మీనాకు అతడు తాంజి నాన్ననే అనుమానం ఉన్నప్పటికీ పక్కాగా తెలియదు. ఎప్పటిలా రాత్రికి పెరట్లో నుండి లోపలికి దూరిన దొంగపిల్లి కుర్చీ మీద కూర్చుంటూనే గుర్రుమంది, వరండాలోని కుర్చీ వంటింట్లోకి ఎలా వచ్చిందనే కారణం వల్ల. ఇదంతా మామూలే అని ఊరికే నోరు మూసుకొని చాయ్ సిద్ధం చేస్తున్న మీనాకి గట్టిగా దెబ్బ పడింది. గొడవ పెద్దదయ్యే సరికి వరండాలో పడుకున్న తాంజి భయం భయంగా తలుపుల దగ్గర నిలబడితే, చెవిలోని మెరుస్తున్న పోగుల మీద కన్ను పడిందో, అవి బంగారం పోగులు అని రుజువు పర్చుకున్న ఆ మనిషి ఉగ్రుడయ్యాడు. ఒక రాత్రి గడిచి, ఒక పగలు జారిన తర్వాత రెండవరోజు రాత్రికి మీనా, తాంజి తలల మీద నిప్పుల వర్షం కురిసింది. అంటే ఘోరాతి ఘోరం. మధ్యరాత్రి ఇద్దరూ ఒక శిక్షకు గురయ్యారు. అదొక అమానుషమైన శిక్ష. ఎవరు ఎవరికీ విధించకూడదు, అనుభవించ కూడదు కూడా. మానవత్వాన్ని పోగొట్టుకున్న మృగం కాదు రాక్షసుడు విధించే శిక్ష కన్నా కఠినం. అదేమిటంటే మధ్యరాత్రి వాళ్లిద్దరూ నగ్నంగా బసవదేవుడి గుడి చుట్టూ ఐదుసార్లు ప్రదక్షిణ చెయ్యాలి. వాళ్లిద్దరూ నోరు మూసుకొని చెరువుగట్టు మీదుగా, ఊళ్లో ఎవరికీ తెలియకుండా గుడికి చేరుకున్నారు. వారి వెంట కుక్కలా వెంబడించడం కూడా జరిగింది.

రెండు ప్రదక్షిణలతో కన్నీరు రక్తంగా పారినా జాలిలేని రాత్రి ప్రపంచానికి ఇంకా తెల్లవారలేదు. బసవదేవుడు భద్రంగా గర్భగుడిలో తాళం వేసుకొని పూజారి ఆజ్ఞ కోసం ఎదురుచూస్తున్నాడో తెలియదు. దరిద్రమైన నిద్రకు ఉపక్రమించిన కళ్లు తెరవలేదు. నిలబడినచోటే వేర్లతో జీవితం సాగించే రావిచెట్టు, బిల్వపత్రి చెట్ల

వణుకు, గన్నేరు చెట్టులో ఉదయమే విచ్చుకున్న మొగ్గ, గుడి చుట్టూ ఉన్న గరిక గడ్డి వెక్కిళ్లకు మనిషి కళ్లు తెరవలేదు. ఇంకా ఆ రాతిదేవుడు ఏ లెక్క. ప్రదక్షిణలు మూడయ్యాయి నాలుగయ్యాయి. ఐదవదీ ముగిసింది. 'దిండరికి... దిండరికి... సాంబశివ... బసవా...'

★

అంగన్‌వాడిలో ద్యామవ్వ నుదుటి మీదున్న గడ్డ రోజు రోజుకీ బిట్‌రూట్ గడ్డలా పెరుగుతూనే ఉంది. కాలజ్ఞానంతో బాటు కాలాన్ని తనలో స్వాహా చేసుకొని. దీని సూచన శుభమో, అశుభమో కాకూడదని అది కదలడం ఆపేసింది.

●

Bhuvana Hiremath is a poet with two collections of poems to her credit. Her first collection of poems, `Trial Roomina Apsareyaru', has achieved critical appreciation. Bhuvana's another collection of poems: `Matte Matte Martyakkiliyuttene'.

9

వదంతినే వార్తగా మలిచిన క్రైమ్ రిపోర్టర్

ప్రకాశ్ కుగ్వె

అనువాదం: **అశోక్ పిన్నమనేని**

అతను ఒక ప్రముఖ వార్తాపత్రికకు నంబర్ ఒన్ క్రైమ్ రిపోర్టర్. ప్రమాదాలు, అత్యాచారాలు, దాడులు, హత్యలకు సంబంధించిన సమాచారం ఇవన్నీ అతనికి క్షణాల్లో చేరిపోతాయి. కొన్నిసార్లు పోలీసుల కన్నా ముందే సమాచారం అందుతుంది. అతని న్యూస్ సోర్సులు చాలా భిన్నమైనవి, అలాగే ప్రత్యేకమైనవి. ప్రమాదాలు, నేరాలు అన్నీ అతనికి చెప్పే జరుగుతాయి అన్నట్లు ప్రపంచంలో జరిగే అన్ని పరిణామాలకు ఆయన ఎప్పుడూ సాక్షిగా ఉండేవారు.

తెల్లవారుజాము నుంచే పనులు ప్రారంభించే పారిశుద్ధ్య కార్మికులు– కూలీలు, రాత్రి పగలు అనే తేడా లేకుండా తిరిగే ఆటో డ్రైవర్లు, అధికారుల చుట్టూ భద్రతను పర్యవేక్షించే గన్‌మెన్లు, వారి డ్రైవర్లు, భవంతుల ముందు కాపలా ఉండే సెక్యూరిటీ గార్డులు, వీళ్లే కాదు, తోపుడు బళ్లపై కూరగాయల వ్యాపారం చేసేవారు, రోడ్డు పక్కన టీ కొట్టు నడిపే చిరువ్యాపారులు, ఊరి శివార్లలోని రెస్టారెంట్లలో పనిచేసేవారు, తమ పంచేంద్రియాలతో దైనందిన కార్యక్రమాలకు ప్రతిస్పందించే వారందరితో ఆయనకు చక్కని పరిచయం, అనుబంధం ఉండేది.

''అన్నా, ఆ కారు నడిపే వ్యక్తిదే తప్పు. ఫుట్‌పాత్‌పై వారి పాటికి వారు నడుచుకుని వెళుతున్న వారిపైకి కారును నడిపాడు. తండ్రీకొడుకులు అనిపిస్తోంది. బతికిబట్టకట్టడం అనుమానమే. అంబులెన్స్‌లో తీసుకెళ్లారు...'' అంటూ అతనికి బ్రేకింగ్‌న్యూస్ ప్రమాద స్థలి నుంచే వచ్చేవి. అందులో వారెంత నిష్ణాతులయ్యారంటే కొన్నిసార్లు వారే స్వయంగా ఫోటోలు, వీడియోలు తీసి అతనికి వాట్సాప్ చేసేవారు. అలా అందరికీ అతను తర్ఫీదు ఇచ్చాడు.

సివిల్ సర్వెంట్లకు హ్యాండ్‌గ్లౌస్ లేదా గమ్ బూట్, ఆటో డ్రైవర్లకు డ్రైవింగ్ లైసెన్స్, గన్‌మెన్లకు ప్రమోషన్ – ఇలా అన్ని పనులను అధికారుల ద్వారా ఇప్పించేవాడు లేదా ఇచ్చేలా చేసేవాడు. పోర్టర్లకు కూలి, సెక్యూరిటీ గార్డులకు ఖర్చులకు ఉంచుకోమంటూ బక్షీసు తన చేతులతో ఇచ్చేవాడు. కూరగాయల దుకాణం, టీ స్టాల్, రెస్టారెంట్లకు ఎవరూ ఇబ్బంది కలిగించకుండా రక్షణ కల్పించేవాడు.

అతని ఉదయం టీ సివిల్ సర్వెంట్లు, కూలీలతో అక్కడి టీ స్టాల్‌లోనే పూర్తయ్యేది. సిగరెట్ తాగేందుకు ఆటో డ్రైవర్ల కంపెనీ దొరికేది. ఉదయం వాకింగ్ పూర్తి చేసి వచ్చే అధికారులు టిఫిన్ తినేందుకు కలిసేవారు. ఆ తర్వాత డీసీ, ఎస్పీ కార్యాలయాల సందర్శన. మొదట గన్‌మ్యాన్, డ్రైవర్లతో ఉభయ కుశలోపరి చర్చలు; ఆ తర్వాతే అధికారులతో భేటీలు ఉండేవి. వారి నుంచి తనకు కావలసిన సమాచారాన్ని రాబట్టుకునేవాడు. భోజనానికి హోటల్‌కు వెళ్లేవాడు. అక్కడికి వచ్చే ప్రభుత్వ కార్యాలయ సిబ్బందితో లోకాభిరామాయణం. సాయంత్రం టీ కోసం మరో క్యాంటీన్. రాత్రి భోజనానికి నిత్యం వెళ్లే రెస్టారెంట్‌కే వెళ్లేవాడు. ఇది అతని దినచర్య. అక్కడ నుంచి, ఇక్కడి నుంచి ఎక్కడి నుంచో ఉదయం నుంచి అర్ధరాత్రి వరకు అతను సేకరించిన సమాచారం పెద్ద గుట్టగా ఆయన ముందు ఉండేది.

జైల్లో ఖైదీని భేటీ అయి ఇంటర్వ్యూ చేయడం; గాయపడి ఆసుపత్రిలో పడకపై చికిత్స పొందుతున్న రోగులను మాట్లాడించడం, బైక్ దొంగ, అత్యాచార బాధితురాలు, అనాథ బాలుడు, ఇలా వారితోనూ మాటలు కలిపి మానవీయ కోణంలో కథనాలు ఇచ్చేవాడు. వాక్ చాతుర్యం, రచనా శైలి రెండూ అతనికి కలిసి వచ్చిన వరం అని చెప్పవచ్చు. అందుకే తన దినపత్రికకు రోజూ ఒక ప్రత్యేక కథనాన్ని రాసేవాడు. అతని బైలైన్ స్టోరీలకు దినపత్రికలోనూ ప్రత్యేక డిజైన్, ప్రాముఖ్యత ఉండేది. దానికీ ఆయన ఏర్పాట్లు చేసుకున్నారు. సబ్ ఎడిటర్లను, డిజైన్ ఆర్టిస్టులను విశ్వాసంలోకి తీసుకున్నాడని అనడం కన్నా, వారితో బాధ్యతగా

వ్యవహరిస్తూ తన మాట వినేలా చేసుకున్నాడు. తరచూ వారిని విందు భోజనానికి ఆహ్వానించేవాడు; వారి పిల్లలకు మంచి పాఠశాల లేదా కాలేజీలలో సీట్లు ఇప్పించేవాడు. కావలసిన వారికి ఆసుపత్రిలో డాక్టర్ అపాయింట్‌మెంట్ ఇప్పించేవాడు. వీటికి కూడా ఎవరైనా లొంగకపోతే అప్పు ఇచ్చి వాళ్లను సమస్యల్లో ఇరుక్కునేలా చేసేవాడు.

''అతనికి దొరికే వార్తలు మీరు ఎందుకు ఇవ్వలేకపోతున్నారు'' – అంటూ మిగిలిన దిన పత్రికల బ్యూరో చీఫ్‌లు తమ విలేకరులకు నోటీసులు ఇవ్వడం ప్రారంభించారు. ఇది చాలా మంది సహ పాత్రికేయులకు కోపం తెప్పించేది. వారు అతని న్యూస్ సోర్సులపై నిఘా పెట్టారు. ఏమైనప్పటికీ అతను క్రైమ్ రిపోర్టరు కదా? అతనికి క్లూ దొరికింది. వార్తలు లీక్ కాకుండా సోర్సెస్‌ను కాపాడుకున్నాడు. రహస్యాన్ని ఛేదించడం వారెవ్వరికీ సాధ్యం కాలేదు. అతని స్పెషల్ కథనాలు, వార్తలు తమ పేపర్ల సర్క్యులేషన్ పై ప్రభావం చూపకపోవడంతో ఇతర పత్రికల విలేకరులు మౌనంగా ఉండిపోయారు.

అయితే, ఇది అతనికి ఇబ్బందిగా మారింది. ప్రతి వార్తా కథనంలో వినోదం, ఉత్తేజం ఉండేలా చూసుకున్నా పాఠకుడు ఎందుకు స్పందించడం లేదు; దిన పత్రిక ఎందుకు ఎక్కువగా అమ్ముడు కావడంలేదో అర్థంకాని పరిస్థితి నెలకొంది. 'అతనికి అదనపు సహాయకునిగా పోస్టులో ప్రమోషన్, అదనపు వేతనం– ఇవన్నీ ఇచ్చినా ఆ జిల్లాలో పత్రిక సర్క్యులేషన్ ఎందుకు పెరగడం లేదు? వ్యక్తిగతంగా సందర్శించండి; నివేదిక ఇవ్వండి'–అని బ్యూరో చీఫ్‌ను న్యూస్ ఎడిటరు ఆదేశించారు.

దీంతో కంగారు పడిన బ్యూరో చీఫ్ మర్నాడు ఉదయాన్నే మొదటి బస్సును అందుకునేందుకు పరుగెత్తారు. అతనికి స్వాగతం పలికేందుకు క్రైమ్ రిపోర్టర్ కారు బస్టాండ్ వద్ద వేచి ఉంది. ఆయన్ను ఎక్కించుకున్న కారు నేరుగా ఆ పట్టణంలోని ఓ ప్రతిష్టాత్మకమైన హోటల్‌కి వెళ్లింది. అక్కడ ఆయన కోసం ప్రత్యేకంగా టేబుల్‌ను ఏర్పాటు చేశారు. ఒక వెయిటర్, సప్లయర్ వారి కోసం వేచి చూస్తూ ఉన్నారు.

అక్కడ అందుబాటులో ఉన్న వంటకాల పేర్లు చెప్పగానే బ్యూరో చీఫ్ నోరూరింది. ఏం తినాలి? దేన్ని విడిచి పెట్టాలి? గందరగోళానికి గురయ్యారు. వెయిటర్‌ని పిలిచి మళ్ళీ చిరుతిళ్ల పేర్లు అడిగాడు. మళ్లీ విన్నాక కూడా నిర్ణయాన్ని తీసుకోలేకపోయారు.

''జాక్‌ఫ్రూట్ దోసె చెబుదాం సార్. ఇక్కడి స్పెషల్ అదే''– క్రైమ్ రిపోర్టర్ సూచించాడు. ఆయనకూ అదే తినాలని అనిపించింది.

రుచి ఇష్టమైంది; మూడొంతులు తినడం పూర్తయింది. వెయిటర్ వైపు చీఫ్ చూడటం ప్రారంభించాడు. అర్థం చేసుకున్న విలేకరి మరో ప్లేట్ ఆర్డర్ చేశాడు.

''దోసె బాగుంది; రుచి వెరైటీగా ఉంది కదా'' అంటూ ప్లేటులో దోసెను ఖాళీ చేశారాయన.

''ఇంకో ప్లేట్ తీసుకోండి సార్'' అని రిపోర్టర్ సూచించాడు.

''లేదు, ఇప్పటికి చాలు. వెళ్లేటప్పుడు మా ఇంట్లో వాళ్లకు నాలుగు పార్సిళ్లు కావాలి'' అన్నాడాయన.

''సరే అండి. మీకు ఇప్పుడు ఇంకా ఏమి కావాలి?''

వెయిటర్ వచ్చాడు; చిరుతిళ్ల పేరు మళ్లీ అప్పజెప్పాడు.

''పూత రేకులని పేరు విన్నాను; గతంలో ఎప్పుడూ తినలేదు. తీసుకురండి. నీకూ ఒక ప్లేట్ పూత రేకులు కావాలా?'' అని బ్యూరో చీఫ్ విలేకరిని అడిగాడు.

'లేదు; మీరు తినండి.'

దోసెతో పాటు దీన్ని కూడా నాలుగు ప్లేట్లు పార్సిల్ చెయ్యి– వెయిటర్‌తో రిపోర్టర్ చెప్పాడు. బ్యూరో చీఫ్ కూడా వద్దని చెప్పలేదు.

టీతో పాటు బిల్లు వచ్చింది.

ఫింగర్ బౌల్ ఇచ్చినప్పటికీ, బ్యూరో చీఫ్ చేతులు కడుక్కునేందుకు సింక్ వద్దకు వెళ్లాడు. రిపోర్టర్ బిల్లు తీసుకున్నాడు.

అప్పటికింకా రిపోర్టరు బిల్లు చెల్లించలేదు.

టేబుల్ వద్దకు తిరిగి వచ్చిన బ్యూరో చీఫ్, 'అరరే, బిల్లు మీరెందుకు కట్టారు, నేను కట్టేవాడిని కదా' అని అన్నాడు

''మా ఊరికి వచ్చి మీరు ఇవ్వడమా?'' అని రిపోర్టర్ అనడంతో ఇద్దరూ పకపకా నవ్వుకున్నారు.

కారు బయలుదేరింది; ఎటువైపు ప్రయాణం సాగుతుందో ఇద్దరికీ తెలియదు. కడుపు నిండుగా తిన్న మత్తులో తాను అక్కడకు ఎందుకు వచ్చాననే విషయాన్ని బ్యూరో చీఫ్ మర్చిపోయాడు.

"నిన్న ఎడిషన్ పూర్తికావడం ఆలస్యం అయ్యిందా సార్" –రిపోర్టరే గుర్తు చేశాడు.

"ఆ మంగళగౌరిది రోజూ ఇదే కథ. త్వరగా ఇంటికి వెళ్లాలని డెడ్‌లైన్‌కి ముందే పేజీ పూర్తి చేసి కూర్చుంటుంది. ఆలస్యంగా వచ్చిన వార్తలను వదిలి పెట్టడమో; లేదా ఎక్కడో ఒక చోట ఇరికించడమో చేస్తుంది. ఆస్తి కోసం కన్న తండ్రిని హత్య చేసినటువంటి వార్తను ఏదో ఒక మూల పెడుతుంది. ఆమెను మందలించి, ప్రధాన వార్తగా పెట్టించాను. అంతలోనే డెడ్‌లైన్ ముగిసిపోయింది. ఆమెకు ఒక నోటీసు ఇవ్వాలి" అని బ్యూరో చీఫ్ అన్నాడు.

"పాపం. భర్తకు వేరే ఊరిలో ఉద్యోగం, దివ్యాంగుడైన కొడుకును ఆమే చూసుకోవాలి. ఒక్కసారి హెచ్చరిస్తే సరిపోతుంది సార్" అని విలేకరి చెప్పాడు.

రిపోర్టర్ మాటలు బ్యూరో చీఫ్‌కు నచ్చలేదు. ఆ మాటలు ఆయనకు చేదుగా అనిపించాయి. విషయం మరెక్కడికో వెళుతోంది... ఒక్క క్షణం ఆయన ఆలోచనల్లో మునిగిపోయారు.

"మీకు నోటీసులు రాకుండా నేను రక్షించాను; నాకు పార్టీ కావాలి" అని మంగళగౌరికి రిపోర్టర్ వాట్సాప్ మెసేజ్ పంపించాడు. ఆ వైపు నుంచి పార్టీ ఇస్తానన్నట్లు థంబ్స్ అప్ ఎమోజీతో పాటు నమస్కారంతో పాటు హార్ట్ ఎమోజీలు వచ్చాయి.

"మీ జిల్లాకు పర్మినెంట్ డిప్యూటీ ఎడిటర్, పర్మినెంట్ పేజ్ డిజైనర్లను ఇచ్చినా దిన పత్రిక సర్క్యులేషన్ ఎందుకు పెరగడం లేదని న్యూస్ ఎడిటర్ వివరణ కోరారు" అని బ్యూరో చీఫ్ అడిగాడు.

"సర్క్యులేషన్ ఎవరి పని సార్? ఒక్క వార్త కూడా వదలకుండా ఎడిటోరియల్ సిబ్బంది కవర్ చేస్తున్నాము. రోజుకొక ప్రత్యేక కథనం ఇస్తున్నాం; ఇంకేం కావాలి సార్? సర్క్యులేషన్ డిపార్ట్‌మెంట్ అన్ని చోట్లా ప్రమోషన్ యాక్టివిటీస్ చేయాలి. కానీ, మన రిప్రజెంటేటివ్‌తో ఉపయోగం లేదు; అతన్ని మార్చితే మార్పు రావచ్చు" అంటూ ఫిర్యాదు చేస్తున్న స్వరంలో రిపోర్టర్ చెప్పాడు.

అవును కదా?; సర్క్యులేషన్ మన పని కాదు; వార్తల విషయంలో ఎటువంటి సమస్య లేదు – అని బ్యూరో చీఫ్ మనసులో అనుకున్నారు.

"మీరు చెప్పింది నిజమే; ఆ సర్క్యులేషన్ రిప్రజెంటేటివ్‌ని ఒకసారి కలవాలి కదా?" అని బ్యూరో చీఫ్ అన్నాడు

''అతన్ని మీరు ఎందుకు కలవాలి? అది మన పని కాదు సార్. బ్యూరోలోనే అతని సర్క్యులేషన్ మేనేజర్ ఉన్నారు కదా? వారినే అడగండి సార్'' అన్నాడు రిపోర్టర్.

''అవును కదా?'' న్యూస్ ఎడిటర్‌పై బ్యూరో చీఫ్‌కు కోపం వచ్చింది. ''పని లేక ఊరికే పంపించాడు కదా నాయాలు'' అని గొణుక్కున్నాడు.

''ఎలాగూ ఇక్కడి వచ్చాను. అతన్ని కలిసే వెళ్తాను; అతన్ని రమ్మని చెప్పండి.''

కలుస్తాడో లేదో అనుకుంటూనే విలేకరి ఫోన్ చేశాడు. ఒకసారి రింగ్ కాగానే అతను కాల్ రిసీవ్ చేసుకున్నాడు. రిపోర్టర్‌కు వార్తల సోర్సు లభించే సర్కిల్‌లోని టీ స్టాల్ వద్ద భేటీ కావాలని తీర్మానించారు.

రిపోర్టర్ కారు వేగం పెరిగింది. ప్రధాన రహదారిని వదిలి అడ్డ రోడ్ల నుంచి ప్రయాణం కొనసాగింది.

''ఈరోజు అతను దొరకడం మీ అదృష్టమనే చెప్పాలి. శుక్రవారం కదా; ఈ సమయానికి అతను టౌన్‌కి వెళ్లడానికి సిద్ధమవుతూ ఉంటాడు. పనే చేయడు; కేవలం ఊరికి వెళ్లేందుకు వేచి ఉంటాడు'' అని రిపోర్టర్ అన్నాడు.

''అతనికి పెళ్లి అయిందా?'' బ్యూరో చీఫ్ అడిగాడు.

''అయింది. ఆయన భార్య పనికి వెళుతుంది. ఒక్కర్తే కుమార్తె. ఈ నాయాలు ప్రతి వారం ఊరికి వెళ్ళడం మాత్రం మానడు''– అంటూ ఇద్దరూ రిప్రజెంటేటివ్ గురించి చర్చించుకున్నారు. ముందుగా అనుకున్న చోటుకు కారు చేరుకునే సరికే అతను అక్కడ ఉన్నాడు. పరస్పరం నమస్కారాలు, ప్రతి నమస్కారాలు చెప్పుకున్నారు.

''ఏంటన్నా, ఈ రోజు ఉదయం రానేలేదు'' – అని టీ స్టాల్ యజమాని ప్రశ్నించడంతో విలేకరి అతనికి చీఫ్‌ని పరిచయం చేశాడు.

టీతో బజ్జీ తింటూ రిప్రజెంటేటివ్‌ను బ్యూరో చీఫ్ ప్రశ్నించడం మొదలుపెట్టాడు.

ఫోన్ వచ్చినట్లు నటిస్తూ రిపోర్టర్ అక్కడి నుంచి కొంత దూరంగా వెళ్లి నిలబడ్డాడు.

''ఇక్కడ సమస్యలు ఏమున్నాయి?'' చీఫ్ ప్రశ్నించాడు.

''చాలా ఉన్నాయి. ఇక్కడ అన్నీ చెప్పడం కష్టం సార్. మీరు నాతో ఫీల్డ్‌కి వస్తే చెప్పవచ్చు'' శాంతంగా చెప్పాడు రిప్రజెంటేటివ్.

నేను ఇతనితో కలిసి ఫీల్డ్‌కి ఎందుకు వెళ్లాలి – అనుకున్నాడు; కానీ అతనికి చెప్పలేదు.

“ఫీల్డ్‌కి రావడం ఆ తర్వాత సంగతి; నిత్యం మన రిపోర్టర్లు ఉత్కంఠ, మనోరంజన అందించే వార్తలను ఇస్తున్నప్పటికీ, మీరు పేపర్ సేల్స్‌ను పెంచడం లేదు. ఇది సీరియస్ విషయం. న్యూస్ ఎడిటర్‌కి రిపోర్ట్ చేయాలి. సరిగ్గా చెప్పండి”–బ్యూరో చీఫ్ గొంతు కాస్త కటువుగా మారింది.

“అదే చెబుతున్నా కదా సార్; సమస్యలున్నాయి. ఫీల్డ్‌కి రండి”– రిప్రజెంటేటివ్ తన పట్టు విడువ లేదు.

రిపోర్టర్ ఫోన్‌కాల్ ముగియడమే లేదు; బ్యూరో చీఫ్‌కు కోపం వచ్చింది. రిపోర్ట్‌ను పిలిచానని అనుకున్నారు; కానీ పెద్దగా అరిచారు.

అతను తడబడుతూ పరుగు పెట్టుకుంటూ వచ్చాడు. “ఎడిటర్ గారి ఫోన్; ఆయన కొడుకు ఇక్కడికి వచ్చినప్పుడు జరిగిన కారు ప్రమాదం కేసు గురించి మాట్లాడుతున్నారు; ఎస్పీకి చెప్పి ఎఫ్ఐఆర్ లేకుండా చూసుకోండి అని చెప్పారు” అన్నాడు రిపోర్టర్.

నవ్వుతూ, “అవునా...” అని మాత్రమే చెప్పి, “ఈయన ఫీల్డ్ విజిట్‌కి పిలుస్తున్నారు, వెళ్దాం” అని బ్యూరో చీఫ్ అన్నాడు.

ఇష్టం లేకుండానే వారితో కలిసి రిపోర్టర్ బయలుదేరాడు.

ముగ్గురూ కారు ఎక్కారు. పట్టణం చివరిలో పాత లేఅవుట్‌లో ఉన్న మధ్యతరగతి ఇంటి ముందు కారు ఆగింది.

“ఫీల్డ్‌కు వెళదామని చెప్పి, ఎవరింటికో తీసుకువచ్చారే” – చీఫ్ అభ్యంతరం చెప్పాడు.

“కాసేపు ఉండండి సార్, మీకే తెలుస్తుంది” –రిప్రజెంటేటివ్ బదులిచ్చాడు.

గేటు తీసుకుని లోపలికి వచ్చినా ఎవరి జాడ లేదు. మురికి నిండిన గచ్చు; వరండా చెల్లాచెదురుగా ఉంది. అంతా ఆవరించుకున్న మౌనం, సూతకపు ఛాయ కనిపించింది.

కొంత సేపటి తర్వాత 80 ఏళ్ల వయసున్న ఓ బామ్మ, “ఎవరూ లేరు” అంటూనే బయటకు వచ్చింది.

“పేపర్ వాళ్లం. ప్రొఫెసర్‌గారు లేరా? వారిని కలవాలి” అని రిప్రజెంటేటివ్ చెప్పాడు.

బామ్మ ఒక్కసారిగా గంభీరంగా మారిపోయింది. ముగ్గురినీ ఎగా దిగా చూశారు. ఒక్క క్షణం ఆలోచించింది. ''ఉన్నాడు; దేవుని గదిలో ఉన్నాడు. నేను పిలుస్తాను; కూర్చోండి'' అని చెబుతూ లోనికి వెళ్లింది.

''వీళ్లెవరు? మన దినపత్రికతో సంబంధం ఏంటి'' – చీఫ్, రిపోర్టర్ ఇద్దరూ అడిగారు.

వీరు ఒక ప్రొఫెసర్. వీరి గురించి మన దిన పత్రికలో ఒక కథనం వచ్చింది. ఇలా రిప్రజెంటేటివ్ చెబుతున్నంతలోనే రిపోర్టర్ అలర్ట్ అయ్యాడు.

'ప్రొఫెసర్–లెక్చరర్ ప్రేమ కలాపాలు' అనే శీర్షికతో టీ స్టాల్ యజమాని ఇచ్చిన సమాచారం ఆధారంగా ప్రత్యేక వార్తా కథనాన్ని రాశానని, టీ స్టాల్‌కు వచ్చే లెక్చరర్లు మాట్లాడుకునే మాటల ఆధారంగా ఆ టీ స్టాల్ యజమాని తనకు ఆ లెక్చరర్ విషయం చెప్పిన విషయం రిపోర్టర్‌కు స్ఫురించింది.

''దిన పత్రికలో వార్త రావడంతో లేడీ లెక్చరర్ కాలేజీ విడిచి వెళ్లిపోయారు. ఈ ప్రొఫెసర్ భార్య ఆత్మహత్య చేసుకుంది. మనోవేదనకు గురైన ఆయన మానసికంగా కుంగిపోయి, ఇప్పుడు చికిత్స పొందుతున్నారు. ఉన్న ఒక చిన్న కొడుకుకి తల్లి లేకుండా పోయింది. ఇప్పుడు ఈ అవ్వే తన కుమారుడు, మనవడికి వండి పెట్టాలి'' – అని టకటకా చెప్పి రిప్రజెంటేటివ్ ముగించాడు.

ముగ్గురికీ చేతులెత్తి నమస్కరిస్తూనే ప్రొఫెసర్ బయటకు వచ్చారు. ఒకరికొకరు పరిచయం చేసుకున్నారు. ఎందుకు వచ్చారంటూ ప్రొఫెసర్ వారిని అడిగారు.

''మీరు మా పత్రికకు చాలా కాలం నుంచి పాఠకులు. కానీ ఒక నెల నుంచి మా పత్రికను తెప్పించుకోవడం నిలిపి వేశారు; ఇంకో న్యూస్‌పేపర్ తెప్పించుకుంటున్నారని ఏజెంట్ చెప్పాడు. అలాగే, మా న్యూస్‌పేపర్ గురించి చాలా బోరింగ్‌గా మాట్లాడారని తెలిసింది; అందుకే విషయం ఏమిటో తెలుసుకుందామని మేము వచ్చాము'' –రిప్రజెంటేటివ్ ఆయనకు వచ్చిన విషయాన్ని సరళంగా తెలియజేశాడు.

''నేను ఆ విషయాన్ని గురించి చర్చించదలచుకోలేదు; మీరింకా బయలుదేరండి'' అంటూ ప్రొఫెసర్ తను కూర్చున్న కుర్చీలోంచి లేచి నిలబడ్డాడు. ముగ్గురూ ఒకరి ముఖం ఒకరు చూసుకున్నారు.

చీఫ్ తేరుకుంటూ, ''తప్పుగా అనుకోవద్దు సార్. ఏం జరిగిందో చెప్పండి'' అన్నాడు.

''వద్దు అన్నాను కదా''– ప్రొఫెసర్ అదే మాటను తిరిగి చెప్పాడు.

''నా జీవితాన్ని పాడు చేశారు. నేను ఆమెకు పీహెచ్‌డీ గైడ్‌ని. మేము సాధారణంగా కూర్చుని చర్చించుకోవడం తిరగడం చేసేవాళ్లం. ఒక ఆడ, మగ పక్కపక్కనే ఉన్నప్పుడు వారిద్దరి మధ్య ప్రేమ–సెక్స్ ఉందని ఎలా నిర్ణయిస్తారు? మీరు ఇంకా ఏ కాలంలో ఉన్నారు? మా ఇద్దరిపై ఎవరైనా ఫిర్యాదు చేశారా? ఎఫ్ఐఆర్ ఉందా? అయినా ఎలా రాశారు? అది కూడా చెడ్డ భాషలో; మీలాంటి వార్తాపత్రికలో అటువంటి వార్త రావడం ఏమైనా గౌరవంగా అనిపించుకుంటుందా? నాకు ప్రమోషన్ రాకూడదని సహోద్యోగులు ఇలాంటి వదంతులు పుట్టించారు. మీరు దాన్ని వార్తా కథనంగా ప్రచురిస్తారా''– ప్రొఫెసర్ కోపంతో ఊగిపోతూ ఈ మాటలు చెప్పాడు.

రిప్రజెంటేటివ్, బ్యూరో చీఫ్ ఇద్దరూ రిపోర్టర్ వైపు తిరిగారు.

''పక్కా సమాచారం అని టీ స్టాల్ యజమాని చెప్పాడు... అందుకే...'' విలేకరి మాట్లాడడం ముగించలేదు.

''నువ్వేలాంటి విలేకరివి? నేను అతని టీ స్టాల్‌కి వెళ్లననే ఒకే ఒక్క కారణంతో నా గురించి తప్పుడు ప్రచారాన్ని చేశాడు. అది నమ్మి వార్త రాశావు'' అని ఏకవచనంలో మాట్లాడుతూనే ఇంట్లోకి వెళ్లిన అతను, అంతే వేగంగా బయటకు వచ్చి రిపోర్టర్ మీదకు దూసుకు పోయాడు.

'ఆ..ఊ..' అనేలోగా తాను తీసుకువచ్చిన కత్తితో రిపోర్టర్ కడుపులో పొడిచాడు. బ్యూరో చీఫ్ పరిగెత్తి గేటు దాటాడు. రిప్రజెంటేటివ్ అడ్డు వచ్చి ప్రొఫెసర్ వద్ద ఉన్న కత్తిని లాక్కున్నాడు. ఆవేశంతో వణుకుతున్న ప్రొఫెసర్ కోపంతో రిపోర్టర్ వైపు వెళ్లేందుకు ప్రయత్నిస్తూనే ఉన్నాడు. తాను కూర్చున్న కుర్చీలోనే రిపోర్టర్ కూలబడ్డాడు. చొక్కా నిండా చాలా రక్తం ఉంది. ముసలమ్మ కోప్పడుతూ ప్రొఫెసర్‌ని లోపలికి తీసుకువెళ్లింది. రిపోర్టర్‌ను మెల్లగా పైకి లేపి, కారులో కూర్చోబెట్టి రిప్రజెంటేటివ్ ఆసుపత్రికి తీసుకువచ్చాడు.

బ్రేకింగ్ న్యూస్ – జర్నలిస్ట్‌పై దాడి చేసిన మానసిక అనారోగ్యంతో బాధపడుతున్న ప్రొఫెసర్.

మీడియా ప్రతినిధులు పెద్దఎత్తున ఆసుపత్రికి చేరుకున్నారు. సత్వర చికిత్సకు ఏర్పాట్లు చేశారు. ప్రాణాపాయం లేదని వైద్యులు ప్రకటించారు.

ఎడిటర్‌కు జరిగిన విషయం చెప్పిన బ్యూరో చీఫ్, రిపోర్టర్ ఇంట్లోనూ విషయం చెప్పాలని అతని నంబరు ఇవ్వమని అడిగాడు.

"నేను ఎవరి నంబర్ ఇవ్వాలి? వయసు 40 ఏళ్లు దాటినా పెళ్లి కాలేదు. తండ్రి పట్టణంలో ఉన్నారు; తల్లి లేదు. ఒక వక్క తోట ఉంది. తల్లి మరణానంతరం తండ్రి మరో పెళ్లి చేసుకున్నాడు. ఆ ఊరితో అతనికి అంత అనుబంధమేమీ లేదు. వాళ్ల నాన్నకు ఫోన్ చేసినా తక్షణమే వచ్చేందుకు ఆసక్తి కూడా చూపించరు" అని ఎడిటర్ చెప్పాడు.

బ్యూరో చీఫ్ చింతకు గురయ్యారు; కళ్లలో నీళ్లు నిండాయి.

డ్యూటీ టైమ్ అయిందంటూ బ్యూరో చీఫ్ హడావుడి మొదలు పెట్టారు. రద్దీ పెరిగే సమయానికి ఎవరికీ చెప్పకుండా ఆసుపత్రి నుంచి బయటపడ్డారు. చిరుతిండి పార్శిళ్లను తీసుకోవడం మర్చిపోలేదు.

రిపోర్టర్‌కు సపర్యలు చేయడంలో రిప్రజెంటేటివ్ మునిగిపోగా, దానికి నిరసనగా జర్నలిస్టులు ధర్నా చేసేందుకు సన్నాహాలు చేసుకోవడం ప్రారంభించారు.

●

Prakash Kugwe, a journalist for decades, now has engaged in social and environmental movements in the Western Ghats.

10

డ్యానుబ్-వోల్గా-గంగా

సలీం నదాఫ్

అనువాదం: **అశోక్ పిన్నమనేని**

ఫ్రాంక్‌ఫర్ట్ నుంచి ఫియోనా కాల్ చేసింది.

''హాయ్ డాక్టర్.. జగదల్‌పూర్‌లో ఒక విదేశీ ఇంజనీర్ ఉన్నారు. ఆయన స్వదేశానికి వెళ్లాలంట. తోడుగా ప్రయాణించేందుకు ఒక డాక్టర్ కావాలి. ఎవరైనా ఆయన్ను, అతని దేశంలో విడిచి, వెనక్కు వచ్చేందుకు అవకాశం ఉందా?'' జర్మన్ ఉచ్చారణతో కూడిన ఇంగ్లీషులో ఆమె అడిగింది.

''ఏ దేశం, ఏ ఊరు? ఏమైంది ఫియోనా'' అని అడిగినప్పుడు..

''వియన్నా... ఆస్ట్రియన్.. ఆ అరవై మూడేళ్ల ఇంజనీర్ వద్ద లక్షల కొద్దీ డబ్బు ఉంది. సీటీ స్కాన్ అంతా నార్మల్. కానీ, అతను ఎక్కువగా నడవలేడు. నడిస్తే తల తిరుగుతుంది. వియన్నాలో వదిలి రండి ప్లీజ్'' అంది.

''ఇక్కడ అతను ఎక్కడ ఉంటున్నాడు? అని అడిగాను.

''నేను భారతీయురాలిలా ఉచ్చరించలేను. ఇదెక్కడో యగదాల్పుర్..... చాటిస్‌గఢ్'' అంటుండగానే గూగుల్‌లో

టైపు చేయగానే యగదాల్పుర్ జగదల్‌పూర్‌గా, చాటిస్‌గఢ్ ఛత్తీస్‌గఢ్ అయింది. మావోయిస్టులు ఎక్కువగా ఉండే ఆ ప్రాంతంలో ఐరోపాకు చెందిన ఆ వృద్ధునికి ఏం పని?'' అని ఆలోచిస్తూ...

''ఫియోనా, అతను జగదల్‌పూర్‌లో ఉన్నాడు. నేను అతని వైద్య వివరాలన్నీ చదువుతాను. నా ఐరోపా వీసా ఇంకా ఎక్స్‌పైర్ కాలేదు. నేను వెళ్లి వస్తాను. మీరు ఫ్లైట్ వివరాలు చూడండి'' అన్నాను.

''యగదాల్పుర్ టు వియన్నా ...'' అని పునరుచ్చరించిన ఆమెకు...

''అది జగదల్‌పుర్. మీ దేశంలో ఇంగ్లీషు అక్షరం 'జె'ని 'య' అని పలుకుతారు. ఇక్కడ జె అంటే జగదల్‌పుర్'' అని చెబుతూ యోగి – జోగి, యుగళ–జుగల్‌బందీ పదాలను గుర్తు చేసుకుని, జయ జయ అనే పదాలను ఆమె ఎలా ఉచ్చరిస్తుందో ఆలోచిస్తున్న సమయంలోనే...

''ఓ యా... ఝగదాల్‌పూర్'' అంటూ ఫియోనా నన్ను వాస్తవంలోకి లాక్కొని వచ్చింది.

''మీకు ఎటువంటి ఫ్లైట్ కావాలి? మీ కోసం ఎమిరేట్స్... ఎతిహాద్... లుఫ్తాన్సా? లుఫ్తాన్సా అయితే ఫ్రాంక్‌ఫోర్ట్‌లో ట్రాన్సిట్. మిడిల్ ఈస్ట్‌లో మొదటిది'' అని చెప్పింది.

'''లుఫ్తాన్సా వద్దు. పంది మాంసం ఇస్తారు. ఎమిరేట్స్ చెయ్యి. దుబాయ్‌లో ట్రాన్సిట్.... భోజనం బాగుంటుంది. బెంగుళూరు నుంచి జగదల్‌పూర్. అక్కడి నుంచి ఢిల్లీ. ఆ తర్వాత దుబాయ్, అక్కడి నుంచి చివరి విమానం వియన్నాకి'' అనేలోగా...

''నేను అన్ని ఏర్పాట్లు చేసి మా ఢిల్లీ ఆఫీసుకి మెయిల్ పంపిస్తాను. ఒకరోజు ఢిల్లీలో ఉండి న్యూరాలజిస్ట్‌ను కలవండి'' అని చెప్పింది.

''అవును డాక్టర్ మిశ్రా నాకు తెలుసు. త్వరగా చూసి పంపిస్తారు'' అన్నాను.

''ప్రస్తుతం, జగదల్‌పూర్‌లో వైద్యులు విమానంలో ప్రయాణించేందుకు ఫిట్ అని చెప్పారు. అయితే, మీరు ఎయిర్‌పోర్ట్‌లో వీల్‌చైర్ సహాయం కోరినప్పుడు, ఎమిరేట్స్ విమాన సిబ్బంది వైద్య సమాచారం అడుగుతారు. ఎమిరేట్స్ మెడికల్ ఫారమ్ నింపి పంపేందుకు మీకు మూడు రోజులు సమయం మిగిలి ఉంది. ఎమిరేట్స్ వైద్య బృందానికి కాల్ చేసి, వీలైనంత త్వరగా మీరు ప్రయాణించేందుకు అనుమతి కోరతాను'' అని ఫియోనా చెప్పింది.

''అవును... రోగి ఔటర్ ఆక్సిజన్ సిలిండర్‌పై ఆధారపడలేదు. అందుకే అతనికి త్వరగా అనుమతి లభిస్తుంది'' అని కాల్ ముగించి ఎమిరేట్స్ ప్రయాణానికి కావలసిన మెడికల్ పర్మిట్ పత్రాన్ని భర్తీ చేసి ఇ-మెయిల్ చేశాను.

ఐదు రోజుల ట్రిప్‌కు సరిపడా బట్టలు, బూట్లు, ఎమర్జెన్సీ ఔషధాల తీసుకువెళ్లాలని ఆలోచిస్తూ, రిలయన్స్ మార్ట్‌లో మ్యాగీ కప్ నూడిల్స్, ఒక ప్యాకెట్ బేసన్ లడ్డూ కొనుక్కుని ఇంటి వైపు బయలుదేరాను.

''డాక్.. ఫ్లైట్ టిక్కెట్లు వచ్చాయి. అప్ అండ్ డౌన్ బిజినెస్ క్లాస్ టిక్కెట్లు కన్ఫర్మ్ అయ్యాయి. మీరు నింపి పంపిన ఫారాన్ని ఎమిరేట్స్‌కి దాఖలు చేశాను. వారు దాన్ని ఆమోదించారు. మీరు రోగితో ఇప్పటి వరకు మాట్లాడలేదు. నేను అతని సమ్మతి తీసుకోవాలి. రికార్డెడ్ లైన్‌లో అతనికి కాల్ చేసి కాన్ఫరెన్స్‌లోకి తీసుకుంటాను'' అని మొబైల్ కాల్ చేసి చెప్పింది, ''మా ఢిల్లీ ఆఫీసు నుంచి ఎగ్జిక్యూటివ్ అమ్మాయి ఫోన్ చేస్తుంది. రెండు నిమిషాల తర్వాత ఫోన్ చెయ్యండి'' అంది.

''పేషెంట్ కాల్‌కి సమాధానం ఇవ్వలేదు డాక్టర్. ఇంకోసారి చేసి చూస్తాను. అన్నట్లు మీ ఖర్చుకు ఎన్ని యూరోలు కావాలి'' అని అడిగింది.

''ఇంట్లో వంద యూరోలు ఉన్నాయి. మూడు వందలు ఇప్పించు. ఇంటికి పంపిస్తావా?'' అని అడిగితే..

''ఈరోజు శుక్రవారం సాయంత్రమైంది. రేపు శనివారం. ఫారెక్స్ అన్నీ మూసి ఉంటాయి. ఢిల్లీ ఎయిర్‌పోర్ట్‌లో ఈబిక్స్ కరెన్సీ ఎక్స్ఛేంజ్ చెప్పి ఉంచుతాను. మీకు క్యాష్ ఇస్తారు. రేపు ఉదయం ఏడున్నరకు బెంగళూరు నుంచి రాయ్‌పూర్‌కి విమానం ఉంది. ఈ సెక్టార్‌లో బిజినెస్ క్లాస్ లేదు. అందుకు మీరు నన్ను క్షమించారు. మీరు ఇన్నోవాలో రాయ్‌పూర్ నుంచి జగదల్‌పూర్‌కి వెళ్లి, అక్కడి నుంచి అదే ఇన్నోవాలో మళ్లీ పేషెంట్‌తో కలిసి రాయ్‌పూర్ వచ్చి, అక్కడి నుంచి ఢిల్లీకి విమానం రావచ్చు. రాయ్‌పూర్ నుంచి ఢిల్లీకి కూడా ఎకానమీ క్లాస్. సారీ మేనేజ్ చేసుకోండి'' అని కాల్ ముగించి, టిక్కెట్లను ఇ-మెయిల్‌లో పంపించింది.

విమానం ఛత్తీస్‌గఢ్ ఆధునిక రాష్ట్ర రాజధాని వైపు ఎగిరింది.

లాక్‌డౌన్‌కు ముందు, నేను ఒక రోగిని ఆస్ట్రియాకు తీసుకువచ్చాను. అతనికి సమస్య కొంచెం ఎక్కువగానే ఉంది. నాకంటే రెండేళ్లు చిన్నవాడైన ఒక

పేషెంట్‌కి కాలికి విచిత్రమైన గాయం చేసుకుని పద్దెనిమిది గంటలు ఇబ్బంది పడ్డాడు. మేము ఢిల్లీ నుంచి మ్యూనిచ్‌లో గ్రాజ్‌కి వచ్చాము. ఢిల్లీలో చాలా వినయంగా...

"చూడండి, ఐ లవ్ ఇండియా. ఠీక్ హై కోయీ బాత్ నహీ" అని మ్యూనిచ్‌లోని బిజినెస్ లాంజ్‌లో ఇంజెక్షన్ చేస్తున్న సమయంలో చిరాకు పడటం మొదలుపెట్టాడు. యూరప్ వెళ్లిన తర్వాత తన అసలు రంగు బయటపెట్టడం మొదలుపెట్టాడు. గ్రాజ్‌లో అడ్మిట్ పూర్తిగా భిన్నమైన వ్యక్తిగా మారిపోయాడు. గ్రాజ్‌లో ఆసుపత్రిలో చేరడం ఆలస్యమైనప్పుడు, ఆసుపత్రి సిబ్బంది మొత్తం వణికిపోయేలా కేకలు వేశాడు. అరకొరగా వచ్చిన ఇంగ్లీషులో మొదటి రౌండ్‌లో, ఆ తర్వాత జర్మన్ భాషలో గొణుక్కున్న అతని ప్రవర్తనలో జాత్యహంకారం కనిపించింది. అతని కేకలు విని...

"'ఇప్పటి వరకు మిమ్మల్ని వీరు ఢిల్లీ నుంచి ఇక్కడ వరకు క్షేమంగా తీసుకొచ్చారు. వారికి కృతజ్ఞతలు చెప్పడానికి బదులు, అడ్మిషన్ ఆలస్యం అయిందని వారిపై చిటపటలాడుతున్నారే? ఇక్కడి అడ్మిషన్ విధానం మీకు తెలియదా? మీరు ఇక్కడికి వస్తున్నారని మీ కంపెనీ మాకు ముందస్తుగా ఎటువంటి సమాచారం ఇవ్వలేదు. మీ గాయం ప్రాణాంతకం కాదు. మీ ప్రవర్తనపై శ్రద్ధ వహించండి. ఇది ఆసుపత్రి అని గుర్తుంచుకోండి" అంటూ అక్కడున్న ఒక సీనియర్ వైద్యుడు గదిరించినట్లు మాట్లాడినప్పుడు...

విపరీతంగా క్షమాపణలు చెప్పి కృతజ్ఞతలు చెప్పి పంపించాడు. కానీ, ఇండియా తిరిగొచ్చేసరికి నా పైన కొండవీటి చాంతాడంత పెద్ద అబద్ధాల మాలికతో ఇ-మెయిల్ పంపించాడు. దానికి సంజాయిషీ ఇచ్చేందుకు ప్రయత్నం చేసి, చివరకు 'అతనికి మానసిక వ్యాధి ఉంది' అని ఒక్క వాక్యంలో సమాధానం చెప్పి ఫుల్ మార్కులు కొట్టేశాను. ప్రస్తుతం పేషెంట్ వయసు అరవై మూడేళ్లు. అతనికి అంత వివేచన ఉండే ఉంటుంది. ఆ బహుశ యూరోపియన్‌కు అహం ఉండదు అని అనుకున్నాను. నా ఏరోమెడికల్ కెరీర్‌లో నా కొత్త సంవత్సరం అలాగే దశాబ్దం మానసిక సంభ్రమానికి సంబంధించిన ఆలోచనల్లోకి జారిపోయాను.

అరవై మూడేళ్ల అతనికి బీపీ ఉండవచ్చు. యురోపియన్ వ్యక్తులలో మధుమేహం తక్కువగా ఉంటుంది. సీటీ స్కాన్ సహజంగా ఉండంటే, అతనికి ఏ సమస్య ఉండొచ్చు? బహుశా మెదడులో రక్త ప్రసరణతో దాగుడు మూతలు ఆడే

'టీఐఏ' ఉండి ఉంటుందా? లేదా, లేదా తలతిప్పినట్లు అనిపించే సరళమైన బీపీ ఉంటుందా? తీవ్రమైన వ్యాధి అనిపిస్తే, అతనికి ఢిల్లీ ఆసుపత్రిలో అడ్మిట్ చేసి, తిరిగి బెంగళూరుకు వచ్చేస్తాను అనుకుంటూ ఎయిర్ హోస్టెస్ ఇచ్చిన పోహా తిని నిద్రలోకి జారిపోయాను. విమానం ల్యాండ్ అయ్యే సమయానికి వచ్చిన కాల్ స్వీకరించాను.

"నా పేరు నేను శత్రుఘ్న. మీ క్యాబ్ డ్రైవర్‌ని. విఐపీ లైన్‌లో ఉన్నాను. నా ఎదురుగా అంబులెన్సు ఉంది. లగేజ్ ఎక్కువగా ఉంటే చెప్పండి. కాల్ చేస్తే సహాయం కోసం వస్తాను" అని చెప్పడు. మాటలు ముగించి, విమానాశ్రయం నుంచి బయటకు వచ్చాను.

ఇన్నోవా క్రిస్టాలో నా ట్రాలీబ్యాగ్, మెడికల్ కిట్ ఉంచుతూ శత్రుఘ్న నన్ను స్వాగతించాడు.

"మనం వెళ్తున్న ప్రాంతంలో నక్సలైట్లు ఉంటారా" అని అడిగితే

"లేదండీ. అది ఇక్కడి నుంచి ఆంధ్రా సరిహద్దుల్లో సుక్మా అనే ప్రాంతంలో ఉంటారు. ఇక్కడ చాలా వర్షం కురిసింది. దారిలో చిత్రకూట జలపాతం ఉంది. చూసి వెళదాం" అంటూ కారును రహదారిపై పరుగు పెట్టించాడు. ఆలూ పరాఠాతో బ్రేక్‌ఫాస్ట్ ముగించి చిత్రకూట చేరే సరికి మధ్యాహ్నం అయ్యింది. అరగంట పిక్నిక్ తర్వాత కారు నేరుగా జగదలపూర్ చేరింది. బెళగావి కన్నా చిన్నగా ఉన్న ఊరిలో, బురద నీరు ఉన్న లేఅవుట్‌లో పేషెంట్‌ను వెతకడం కష్టం అనిపించలేదు.

"హాయ్ డాక్టర్" అంటూ వణుకుతున్న చేతులతో తలుపు వద్ద వాకర్ పట్టుకుని నిలబడిన అతన్ని చూసిన తర్వాత మనసు శాంతించింది.

"వెల్కమ్ నా పేరు హెరాల్డ్ లోబిష్లర్. మీరు కోపగించుకుంటారేమో అని ఈ వాకర్ పట్టుకొని వచ్చాను. లేదంటే నేను ఎటువంటి సహాయం లేకుండానే నడిచేవాడిని. నాకు మూడు రోజుల నుంచి విపరీతంగా విరేచనాలు అయ్యాయి. శరీరం నుంచి నీరు తగ్గిపోవడంతో కళ్లుతిరిగినట్లు అనిపిస్తుంది. విరేచనాలు నిలిచి, శరీరం నుంచి నీరు బయటకు వెళ్లకపోయినా కళ్లుతిరగడం తగ్గలేదు. ఇక్కడి వైద్యులు నా తలకు సీటీ స్కాన్ చేసినప్పుడు అంతా నార్మల్ అని వచ్చింది. నా రక్తపోటు ఎక్కువైంది. దానికి మాత్రలు ఇచ్చారు. దానితో పాటు కళ్లుతిరుగుతున్నందుకు ఔషధాలు ఇచ్చారు. ఇప్పుడు కూడా కొంచె

కళ్లుతిరిగాయి'' అంటూ హవాయి చెప్పులలో టప్ టప్ అనే వచ్చేలా సోఫాకు ఎదురుగా నడుస్తూ, నవ్వడం మొదలు పెట్టాడు.

''మిస్టర్ హెరాల్డ్, ఇది నాకు మంచి వార్త. రండి మీకు బీపీ చూస్తాను. ఏమైనప్పటికీ మీరు ఇంటికి చేరుకునే వరకు వీల్ చెయిర్ ఉపయోగించండి. అన్ని విమానాశ్రయాలలో త్వరగా సేఫ్టీ ప్రొసీజర్లను ముగించవచ్చు. రేపు ఉదయం ఎనిమిది గంటలకు మన ప్రయాణం ప్రారంభం అవుతుంది. రేపు రాత్రి భోజనం ఢిల్లీలో చేస్తాము. ఎల్లుండి మధ్యాహ్నం ఎమ్మారైతో పాటు డాక్టర్ మిశ్రాను కలిసి, వారి అభిప్రాయాన్ని తీసుకుంటాం. అన్నట్లు మీకు బీపీ తక్కువగా ఉంది. బీపీ మాత్ర వేసుకోవడాన్ని నిలపండి. మీ సీటీ స్కాన్ రిపోర్టు పరిశీలించాను. రేపు న్యూరాలజిస్టు అభిప్రాయం తీసుకుందాం. ప్రస్తుతం ఢిల్లీకి చేరుకుందాం'' అనేంతలోనే హెరాల్డ్ గద్గగ స్వరంతో...

''నేను మొత్తం ప్రపంచంతో చుట్టి వచ్చాను. ఎటువంటి పరిస్థితులు ఎదురైనా ఎప్పుడూ ధైర్యాన్ని కోల్పోలేదు. ఈసారి ఎందుకో భయపడ్డాను. గతంలో కన్నా ఇప్పుడు ఇంటికి చేరుకోవాలన్న ఆత్రం ఎక్కువైంది. భార్యాబిడ్డల మొహం చూడాలన్న కోరిక కలుగుతుంది'' అంటూ కంట తడిపెట్టున్నాడు.

''మిస్టర్ హెరాల్డ్, మీరున్న ఈ పరిస్థితికి నా సానుభూతి. ఇంటి నుంచి పదివేల కిమీ దూరంలో ఉన్నప్పుడు ఇటువంటి పరిస్థితి ఎదురైతే ఎవరైనా భయపడతారు. కంగారు వద్దు. నేను మిమ్మల్ని సురక్షితంగా ఇంటికి చేర్చుతాను. మీరిప్పుడు సురక్షితమైన వారి చేతిలో ఉన్నారు. ఈ అంగీకార పత్రంపై మీ సంతకం చేయండి. ఇందులో ఏదైనా వాక్యం, శబ్దం, అర్థం కాకపోతే అడగండి'' అని చెప్పి, ముందస్తు అనుమతి పత్రం ఆయన ముందు ఉంచాను.

''నాకు మీ కంపెనీపై ఎటువంటి అనుమానం లేదు. ఈ కాగితంలో అర్థం కాని శబ్దం ఏమీ లేదు'' అంటూ వెంటనే సంతకం పెట్టాడు.

''మీ వస్తువులన్నీ సర్దుకోండి. రేపు ఉదయం ఎనిమిదికి ఇక్కడి నుంచి ప్రయాణం. బీపీ ట్యాబ్లెట్ వేసుకోవడం నిలిపివేయాలన్న విషయాన్ని గుర్తుంచుకోండి. పాస్‌పోర్ట్, వీసా, మెడికల్ రిపోర్ట్‌లు ఇంటికి చేరుకునే వరకు నా ఆధీనంలోనే ఉంటాయి'' అంటూ కారు ఎక్కి ధాబాలో ఐదు గంటలకు నా మధ్యాహ్న భోజనాన్ని ముగించి, నేను హోటల్‌కు చేరుకుని, పడుకుని నిద్ర లేచే సరికి తెల్లవారు జాము ఆరు గంటలైంది. కొంత సమయం వ్యాయామం

చేసి, అల్పాహారం పూర్తి చేసే, కారులో కూర్చుంటున్న సమయంలో హెరాల్డ్ ఫోన్ చేసి–

"నేను రెడీ .. ఎనిమిది గంటలకు ఇంకా పది నిమిషాలే ఉంది..." ఆయన మాటల్లో ఉత్సాహం ధ్వనించింది.

"వచ్చేస్తున్నాను. మీ లగేజ్ బయట పెట్టించండి" అంటున్న సమయానికే హెరాల్డ్ ఇంటి బయట మా కారు ఆగింది.

"డాక్టర్, ఈ ముసలివాడు నా సహోద్యోగి. కెమికల్ ఇంజినీరు. ఇతను జర్మన్. నేను ఆస్ట్రియన్. మా ఇద్దరి మాతృభాష జర్మన్. హాహా..." అని చెబుతున్నప్పుడు ఎదురుగా నిలబడ్డ ఆరడుగుల ఎత్తున్న బట్టతల ఉన్న మరో యూరోపియన్ వృద్ధుడు నాతో కరచాలనం చేశాడు.

"వీరి పేరు శుక్లా. మా సైటు మేనేజరు. నేను బాగా ఉండేందుకు శ్రద్ధ తీసుకున్నారు" అంటూ పొట్టిగా ఉన్న వ్యక్తిని ఆలింగనం చేసుకుని, కళ్లు తుడుచుకున్నారు.

"టేక్ గుడ్ కేర్ ఆ మై ఫ్రెండ్ డాక్టర్" అన్నట్లు అతను తన కళ్లతోనే చెప్పినట్లు అనిపించింది.

"రండి, పర్యటనకు ముందుగా చేసే పరీక్ష" అని అతనికి సాధారణ పరీక్షలు చేస్తే, బీపీ కాస్త ఎక్కువగా ఉంది. బహుశా ఊరికి వెళ్లే ఉత్సాహం, ఉత్సుకత కాబోలు" అనుకున్నాను. హెరాల్డ్‌ను కారులో కూర్చోబెట్టి, సీటు బెల్టు పెట్టిన తర్వాత కారు జగదల్‌పూర్ నుంచి రాయపూర్ వైపు బయలుదేరింది. హెరాల్డ్ చాలా సంతోషంగా ఉన్నాడు.

అతని అనారోగ్యం గురించి మాట్లాడి, అతన్ని ఇబ్బంది పెట్టకుండా, ఒత్తిడిని తొలగించే సరళమైన చర్చలు మాత్రమే చేయాలని నిర్ణయించుకుని–

"మిస్టర్ హెరాల్డ్. మీ గురించి చెప్పండి. విద్య, ఉద్యోగం తదితర వివరాలు చాలు. పర్సనల్ విషయాలు అవసరం లేదు" అని అడిగాను.

"నేనొక మెకానికల్ ఇంజినీరును. ప్రస్తుతానికి జాతీయ ఖనిజ అభివృద్ధి కార్పొరేషన్ కోసం ఒక ఇనుము తయారీ యూనిట్‌ను నిర్మిస్తున్నాము. ఇందులో ఇనుప ఖనిజం నుంచి ఇనుమును వేరు చేసే ఫర్నేస్ నిర్మించే పని నాది. మరింత అర్థమయ్యేలా చెప్పాలంటే నేను ఒక భారీ కిచెన్‌ను నిర్మిస్తున్నాను" అంటూ పెద్దగా నవ్వుతూ చెప్పాడు.

''నిర్మాణ పనులు పూర్తి కావచ్చాయి. పనులు పూర్తయి, దాన్ని వినియోగించుకున్నప్పుడు దాని నాణ్యత తెలుస్తుంది. ఫర్నెస్ ప్రస్తుతానికి 99% సిద్ధమైంది. అది పని చేయడం ప్రారంభించినప్పుడు, దాన్ని డిజైన్చే సి నిర్మించిన వారి అవసరం ఎక్కువగా ఉంటుంది. కొత్తల్లో 'ఫైన్ ట్యూనింగ్'లు అవసరం అవుతాయి. అందుకే అన్ని పనులు పూర్తయినప్పటికీ, ఏదో ఒక వెలితితోనే నేను వెనక్కు తిరిగి వెళుతున్నాను'' అని నిరాశతో చెప్పాడు.

''మీకున్న వ్యాధి అంత తీవ్రమైనది కాదు. కొద్ది రోజులు విశ్రాంతి తీసుకున్న తర్వాత మళ్లీ వెనక్కు రావచ్చు'' అని చెప్పాను.

''ధన్యవాదాలు డాక్టర్. నాకు భారతదేశం అంటే చాలా ఇష్టం. బహుశ, ఇక్కడ ఉన్నత ప్రశాంతమైన భావన మరే ఇతర దేశంలో, ఖండంలో నాకు లభించలేదు. ఖనిజాలు, మూలకాలతో జీవితాన్ని గడిపిన నాకు భారతదేశంలో ప్రాచీన లోహశాస్త్రం గురించి అపరిమితమైన అభిమానం ఉంది. ప్రాచీన కాలంలోనే భారతీయులు మెటలర్జీలో అగ్రస్థానంలో ఉన్నప్పుడు, మిగిలిన వారు శిలాయుగంలోనే ఉండిపోయారు. నేను భగవద్గీత కూడా చదివాను. అప్పుడప్పుడూ చదువుతూ ఉంటాను. అది నాకు చాలా ఇష్టమైన గ్రంథం'' అని తన్మయత్వంతో చెప్పాడు.

''మీ మూలం ఏమిటి? ఉదాహరణకు వైకింగ్ తరహాలో మీ సముదాయానికి ఒక పేరు ఉంటుంది కదా?'' అని అడిగితే..

''అర్థంకాలేదు... చూడండి, మీ కనుగుడ్లు, నావి ఒకే రంగులో ఉన్నాయి. దీని అర్థం ఏమిటంటే మన మూలాలు ఎక్కడో ఒక చోట కలుస్తాయి'' అని ఆయన అన్నప్పుడు నాకు ఆశ్చర్యం వేసింది.

''దీని గురించి నేను కొంచెం అనుసంధానం చేయాలి. అయితే శుద్ధమైన ఆర్యుల రక్తాన్ని వెతికేందుకు హిట్లర్ తనకు విశ్వాసపాత్రులుగా ఉన్న వారిని భారతదేశం వైపు పంపించారు'' అని చెప్పాడు.

''ఓహో! దీని గురించి నాకు తెలియదు. నేను అధ్యయనం చేయాలి'' అన్నాను.

''ఇక్కడ చూడండి. ఈ ఫొటోలోని బృందం టిబెట్‌కి వచ్చింది. ఈ నాజీ అధికారి, ఆర్యులను వెతికే పనికి రూపకర్త'' అని మొబైల్ ఫోన్‌లో బీబీసీ న్యూస్‌లో వచ్చిన ఒక చిత్రాన్ని చూపించినప్పుడు...

''ఓహో, ఇతను హెన్రిక్ హైమ్లర్. హిట్లర్‌కు ఆప్తుడు... కుతూహలకారి విషయం. మీ ప్రశ్న ఇప్పుడు అర్థమైంది. నా మూలాలు నాకు తెలియదు. నేను స్వచ్ఛమైన ఆస్ట్రియన్‌ను. భారత దేశంలా ఖనిజ సంపద ఎక్కువగా ఉన్న ఆస్ట్రియాపై పొరుగున ఉన్న రోమన్లు సదా కత్తులు, కటార్లతో దాడులు చేసేవారు. యుద్ధం అనేది ఆ నాటి జీవితంలో ఒక భాగంగా ఉండేది'' అంటున్న అతన్ని నిధిలా చూస్తూ...

''మీరేమైనా రోమన్లా?'' అని అడిగితే,

''అసాధ్యం. నేను పరిశుద్ధమైన ఆస్ట్రియన్‌ను. స్థానిక రైతు కొడుకును. మా తాత ముత్తాతలు అందరూ స్థానికులే. ఇటలీ మా పొరుగు దేశం. ఆస్ట్రియన్ ఆల్ప్స్ పర్వత శ్రేణులలో ఉన్న ఖనిజాల కోసం వరుస పోరాటాలు జరిగాయి. మీరు అడగినప్పటి నుంచి నా భార్య రోమన్ మహిళా? అని అనుమానం వస్తోంది'' అంటూ నవ్వాడు.

''నలభై ఏళ్ల సంసారం అనంతరం భార్య వంశవృక్షంపై కుతూహలం'' అంటూ నవ్వడం మొదలుపెట్టాను.

''అలా ఏం కాదు. నా భార్య అద్భుత సౌందర్య రాసి. ఆమెను చూస్తే పురుషులు, స్త్రీలు, పిల్లలు అందరూ ఆకర్షితులవుతారు. నేను కొరియాలో ఉన్నప్పుడు ఆమెను నాతోనే తీసుకువెళ్లాను. స్థానికంగా ఉండే ఒక సహోద్యోగి, నా భార్యపై చెడు దృష్టితో ఆమెతో స్నేహం కోసం ప్రయత్నించేవాడు. ఒకసారి ఆమెతో కలిసి సినిమాకు వెళ్లేందుకు రెండు టిక్కెట్లు తెచ్చాడు. 'నా భార్యతో నువ్వు వెళతావా? టిక్కెట్లు ఇక్కడ ఇవ్వు. నేనే ఆమెతో కలిసి వెళతాను' అంటూ అతని చేతి నుంచి రెండు టిక్కెట్లను లాక్కొని మేమిద్దరం సినిమా చూసి వచ్చాం. విపరీతమైన అవమానానికి గురై, అతను నా వెనుక బార్ డ్యాన్సర్ల ఒకామెను ఉసిగొల్పాడు. నాకు బాగా మత్తెక్కేలా చేసి, ఆమెతో కామోత్తేజక భంగిమలలో ఫొటోలు తీసి, నా భార్యకు చూపించాడు. అయినా నా భార్య అతని మాటలు నమ్మలేదు. ఆమెకు నాపైన చక్కని అభిమానం, నమ్మకం ఉన్నాయి. ఆమె సౌందర్యం, శారీరక సౌష్ఠవం ప్రకారం ఆమె పూర్వీకుల గురించి తెలుసుకోవాలన్న కుతూహలం కలుగుతుందా'' అని గర్వంగా అడిగాడు.

''అవును నాకూ మీ ఇద్దరి పూర్వీకుల గురించి తెలుసుకోవాలన్న కోరిక కలుగుతుంది. మీరు మొదటే చెప్పినట్లు, మీ కనుగుడ్ల రంగు నాలా ఉన్నట్లు....

ఇక్కడ డ్యానుబ్ గంగా సంగమం అయినట్లు'' అని నవ్వడం ప్రారంభించిన అతన్ని చూసి ఆశర్యంతో చూశాను.

''డ్యానుబ్!? ఊహూం... మీ జియోగ్రఫీ పరిజ్ఞానం నన్ను ఆశ్చర్యపరుస్తోంది. సింధూ నది తరహాలోనే డ్యానుబ్ నదికి కూడా శ్రీమంతమైన చరిత్ర ఉంది. యూరప్ మొత్తంలో ఇది చాలా పెద్ద నది. దాని తీరంలోనే నా బాల్యం, యౌవ్వనం గడిచాయి. ఇప్పుడు మిగిలిన జీవన చరమాంకం కూడా అక్కడే గడపాలి. అక్కడే నాకు అంత్యక్రియలు జరుగుతాయి. ఇప్పుడిప్పుడే మరణానికి సంబంధించిన ఆలోచనలు చాలా ఎక్కువ అయ్యాయి. జగదల్‌పూర్‌మొత్తం సైకిల్ నడుపుతున్నప్పుడు ఆరోగ్యంగా ఉన్నాను. ఇప్పుడు నా శరీరం సమతుల్యత తప్పి, వణుకుతున్నప్పుడు నేను ముప్పుకు కొనసాగింపు భాగంలో ఉన్నానని అని అనిపిస్తోంది. చావు చుట్టుపక్కల నుంచి వెళుతున్నట్లు అనిపిస్తోంది'' అన్నాడు.

''ఇంకా జబ్బు విషయం మాట్లాడవద్దు. డ్యానుబ్ నది గురించి మాట్లాడుకుందా'' అని హెరాల్డ్‌ను హెచ్చరించినా,

''ఇక్కడ చూడండి. చావుకు సంబంధించిన ఒక సూచన వ్యక్తిత్వంలో తీవ్రమైన మార్పు తీసుకువస్తుంది. క్షణంలోనే వ్యక్తిత్వం మారిపోతుంది. ఇక్కడి మక్డి రెస్టారెంటులో నాకొక దోసె ఇప్పించండి. 'షట్నీ' నాకు చాలా ఇష్టం. భారతదేశంలో ఇష్టమయ్యే వంటకాలలో దోసె కూడా ఒకటి'' అని చెప్పాడు.

''షట్నీ కాదు. చట్నీ. ఉత్తరభారత దోసెలకే ఇలా అంటే దక్షిణాదిలో దొరికే దోసెలతో పాటు ఇచ్చే చెట్నీని తింటే మీరు ఎటువంటి స్థితిలో తేలియాడతారో అని ఆలోచిస్తున్నాను'' అన్నాను.

''ఔను కదా? నా ఏడేళ్లు ఉత్తరభారతంలోనే గడిచాయి. కొన్ని రోజులు భిలాయిలో ఉన్నాను. నాకు, ఇనుముకు విడదీయలేని అనుబంధం...హాఁహాఁ'' అనే లోగా–

''సర్ మక్డి ఇన్ ఒన్ అవర్'' అని చెప్పిన శత్రుఘ్నుతో...

''థ్యాంక్స్ సర్. నేను ఒకగంట వేచి ఉండగలను. డాక్, మక్డిలో బిల్లు నేను చెల్లిస్తాను'' అని హెరాల్డ్ సంతోషంగా చెప్పడంతో అందుకు అంగీకరించాను.

''ఆస్ట్రియా జర్మన్ భాష మాట్లాడే దేశం. మీకూ జర్మనీకి ఏం సంబంధం? సొంతగా ఆస్ట్రియన్ భాష లేదా?'' అని అడిగాను.

''హిట్లర్ పాలనలో ఆస్ట్రియా జర్మనీలో భాగమైంది. చెప్పాలంటే హిట్లర్ ఆస్ట్రియాకు చెందిన వాడు. తాను కళాకారుడు కావాలన్న ఆశతో ఆర్ట్స్ విశ్వవిద్యాలయంలో దరఖాస్తు చేసుకున్నాడు. అక్కడ అతనికి ప్రవేశం దొరకదు. ఆ తర్వాత ఏమైందో మీకు తెలుసు'' అని చెప్పాడు.

''ఓ, అవునా? హిట్లర్ కళాకారుడు అయి ఉండవలసింది'' అని నిట్టూర్చాను.

''ఆస్ట్రియాకు చెందిన హిట్లర్ జర్మనీ సర్వాధికారిగా మొదట ప్రజాభిమానాన్ని సంపాదించుకున్నాడు. నా అంకుల్ ఒకరు హిట్లర్ ఆర్మీలో ఉండేవారు. ఆయనకు వీరాభిమాని. హిట్లర్ చనిపోయిన తర్వాత కూడా అప్పుడప్పుడు మా అంకుల్ 'హేల్ హిట్లర్' అని చెప్పుకునేవారు. హిట్లర్ ఓటమి, చావవును ఆ ముసలోడు చివరి వరకు నమ్మనే లేదు... హేల్ హిట్లర్ హాహాహాః'' అంటూ చేతులు పైకెత్తి నవ్వాడు.

''మీ అంకుల్ ఇంకే చెప్పారు? చూడండి, హిట్లర్‌ది ఎటువంటి వ్యక్తిత్వమో. సైనికులపై తీవ్ర ప్రభావాన్ని చూపించాడు'' ఉత్సాహంతో చెప్పాను.

''ఊఁ, హిట్లర్ ముందస్తు ఆలోచన ఎవరికీ తెలియదు. అతను రోడ్ల నిర్మాణాన్ని ప్రారంభించినప్పుడు ప్రజలకు విసుగు అనిపించినా, ప్రపంచ యుద్ధంలో దాని ప్రాధాన్యత తెలిసి వచ్చింది....'' అంటున్న అతని మాటల మధ్యలో నేను...

''ఆటోబాన్... ఆటోబాన్ ... కదా?'' అని చెప్పిన నన్ను హెరాల్డ్ గంభీరంగా చూశాడు.

''మీరు చరిత్రకు సంబంధించిన విచిత్ర సంగతులు, పేర్లను ఎంత తేలికగా చెబుతున్నారో...'' అన్నాడు.

''చరిత్ర అంటే పడి చచ్చేంత పిచ్చివాడిని. ఆర్యుల గురించి రాసే సమయంలో హిట్లర్ గురించి చదివాను...' అని చెప్పాను.

''అలా అయితే నేను రచయితగా ఉన్న వైద్యునితో ప్రయాణిస్తున్నాను అన్నమాట. ప్రజలు చెప్పుకోవచ్చు. నా భార్య పుట్టింటి తరపున వారు విద్యావంతులు. వారి ఇంటి గ్రంథాలయంలో నాజీల కాలానికి సంబంధించి పలు పుస్తకాలు ఉన్నాయి. నేను చదవలేదు. అందమైన భార్యతో కలిసి పిల్లల్ని పుట్టించడంలో మునిగితేలాను. అనంతరం అంతర్జాతీయంగా లభించే పనులతో

ఆసియాలోనే ఎక్కువ సమయం గడిచిపోయింది. నా భార్య ఇద్దరు ఆడపిల్లల్ని కని, వారిని పెంచి పెద్ద చేసింది. నేను ఉద్యోగం చేస్తూ, ఆయా దేశాలలో తాగి తందనాలాడాను. అక్కడక్కడ ఆడవాళ్లతో సహవాసం చేశాను. ఇప్పుడు ఆ విషయాలను అవలోకనం చేసుకుంటే నేను స్త్రీ లోలుడినా లేదా మత్తులో అపరిచిత మహిళలతో పడుకుని లేచానా? అనిపిస్తుంది'' అంటూ వణుకుతున్న పెదాలతో చెప్పిన అతని గాంభీర్యతను సరళం చేసేందుకు –

''మీ పిల్లలు ఎక్కడ?'' అని అడిగాను.

''నా పెద్ద కుమార్తె తల్లిలా అందగత్తె. నాలాగా తిరుగుబోతు. ఏదేదో చదివి ఇప్పుడు హాంగ్‌కాంగ్‌లో ఉంది. ఆమె హాంగ్‌కాంగ్‌లో ఉన్నప్పుడు నేను చైనాలో ఉన్నాను. అక్కడే నాకు స్నేహితురాలు ఉండేది. ఈ వయసులో సెక్సు కోసం స్నేహితురాలి అవసరం లేకపోయినా, చైనా ఆమెతో కలిసి పడుకునేవాడిని. నా కుమార్తె సౌందర్యాన్ని చూసి మోహించిన హాంగ్‌కాంగ్‌లో ఒక శ్రీమంతుల కుటుంబానికి చెందిన యువకుడు, ఆమె వెంటపడి, పెళ్లి చేసుకున్నాడు. మా అమ్మాయిని చూసుకునేందుకు మా దేశానికి వచ్చిన వారంతా ప్రయాణం, బసకు చేసిన ఖర్చు అబ్బబ్బా! చాలా ఎక్కువ. దానికి తగినట్లు వారు మమ్మల్ని అందరినీ హాంగ్‌కాంగ్‌కు ఆహ్వానించి ఎక్కువ ఖర్చు పెట్టి అద్భుతమైన విందు ఇచ్చారు. నా కుమార్తె ఇప్పుడు చైనీస్ కోడలు. హాంగ్‌కాంగ్ పౌరురాలు. నేను ఇక్కడి నుంచి ఆమెను భేటీ అయ్యే నెపంతో హాంగ్‌కాంగ్ వెళ్లి, అక్కడి నుంచి చైనాకు వెళ్లి, చైనా స్నేహితురాలితో మజా చేసి భారత్‌కు తిరిగి వచ్చేవాడిని. ప్రస్తుతం నా అనారోగ్యంతో నా చైనా స్నేహితురాలు కూడా ఆందోళన చెందుతుంది. ఇదొక రకం అపరాధం చేసిన భావన కలిగిస్తుంది'' అని ఏక ధాటిగా చెప్పాడు.

''కుమార్తె ఏం చేస్తుంది?'' అని అడిగాను

''ఓ, ఆమె హాంగ్‌కాంగ్‌లో ఇటాలియన్ ఫ్యాషన్ బ్రాండ్ కోసం పని చేస్తోంది. అప్పుడప్పుడు ఇటలీకి, అక్కడి నుంచి వియన్నాకు వెళ్లి, తల్లిని కలిసి వెళుతుంది. చేతి నిండా సంపాదన. రెండో అమ్మాయి మా ఊళ్లోనే పెళ్లి చేసుకుంది. ఇప్పుడు బిడ్డ పుట్టింది. అల్పసంతోషి. అక్కలా పెద్ద కలలు కనే పిల్లకాదు'' అని చెప్పాడు.

''మీ భార్య ఏం పని చేస్తుంది?''

"నేను చెప్పాను కదా. ఆమె సుందరి. నేను చెప్పలేదు ఆమె సుందరి. ఆమెను చూసి అందరూ ఆకర్షితులవుతారు. మొదట ఒక గిఫ్ట్ షాప్‌లో సేల్స్ ఉమెన్‌గా పని చేసింది. ఈమె ఉండడంతోనే అక్కడ చక్కని వ్యాపారం జరిగేది. సేల్స్ పనిలో బోరుకొట్టి సైకాలజీ కోర్సులో చేరింది. ఇప్పుడు ఆమె సైకాలజీ కౌన్సెలర్‌గా ఉంది" అని గర్వంగా చెప్పుకున్నాడు.

ప్రతి మాటకూ తన భార్య సౌందర్యాన్ని వర్ణించడం గమనించాను. ఇతను వేరే దేశంలో ఉన్నప్పుడు, ఇతని భార్య కూడా వివాహేతర సంబంధాన్ని కలిగి ఉందా అని అడగాలని అనిపించినప్పటికీ, అధిక ప్రసంగం అవుతుందని, ఆ మాటలు మరెక్కడికో దారి తీస్తాయని మౌనంగా ఉండిపోయాను.

"ఇక్కడ చూడండి, నా కుమార్తె హాంగ్‌కాంగ్‌లో సర్ఫింగ్ నేర్చుకుంటుంది" అని మొబైల్ ఫోన్‌లో వీడియో చూపించాడు.

బికిని వేసుకున్న అతని కుమార్తె అంతేమీ అందగత్తె కాదని అనిపించనప్పటికీ అర్ధనగ్నంగా ఉన్న తన కుమార్తె వీడియో చూపించిన వ్యక్తికి నా మీద ఎంతో నమ్మకం వచ్చి ఉంటుంది కదా? అని అనిపించింది. ఈ వ్యక్తి దేశం విడిచినా ఇతని మనసు మాత్రం భార్య, పిల్లల చుట్టూ ప్రదక్షిణ చేస్తోంది. అయితే అతని స్నేహితురాళ్ల విషయం కాస్త ఇబ్బందిగా అనిపించింది.

"పదండి, మక్డి రెస్టూరా వచ్చింది. నా చెయ్యి పట్టుకోండి. కారు ప్రయాణం మళ్లీ నాకు కళ్లు తిరిగేలా చేసింది. మొదట దోసె. ఆ తర్వాత మూత్రవిసర్జన" అన్న అతని చేయి పట్టుకుని హోటల్‌లోని ఏసీ గదిలో కూర్చోబెట్టి, దోసె ఆర్డర్ చేసి,

"హెరాల్డ్, మీ కంపెనీ దారి ఖర్చులకు డబ్బు ఇచ్చింది. మీ భోజనం, ఇతర ఆహార ఖర్చులు అన్నీ నేనే ఇస్తాను" అని అంటే–

"ఓ అవునా? అలాగే కానివ్వండి. నేను ప్రొఫెషనల్ ప్రొటోకాల్స్‌ను ఉల్లంఘించి మిమ్మల్ని సమస్యల్లోకి నెట్టను" అన్నాడు.

"అన్నట్లు మరిచాను. మీ ఇల్లు వియన్నా విమానాశ్రయం నుంచి ఎంత దూరం?" అని అడిగాను.

"కేవలం రెండు వందల కిలో మీటర్లు" అన్న ఆయన మాటలకు కంగారు పడ్డాను.

''చింతించే పని లేదు. మాది రహదారి. యూరోపియన్ వాహనాలు మనల్ని రెండు గంటల్లోనే ఇంటికి చేర్చుతాయి'' అని ధైర్యం చెప్పారు.

''నేను తిరిగి వియన్నాకు రావాలి కదా. నా హోటల్ వియన్నాలోనే ఉంది. కానీయండి, నాలుగు గంటల ప్రయాణమే కదా. అటూ ఇటు చేసి ఆరుగంటలు'' అంటున్న సమయానికి హెరాల్డ్ దోసె తినడం ముగించాడు.

మూత్ర విసర్జన పూర్తి చేసిన తర్వాత కారులో కూర్చోబెట్టాను.

''మీరు విచిత్రమైన జ్ఞాపకాలను తిరిగి గుర్తు చేశారు డాక్టర్‌గారూ'' అంటూ నా వైపు చూసి నవ్వి, చేయి పైకెత్తి–

''ఇస్ స్టెట్ ఇన్ సోల్డాట్ వోల్గాస్ట్రాండ్.....

హై వాష్ ఫర్ సైన ఫాదర్లాండ్ ....''

అని యూరోపియన్ ఒపేరా గాయకుడిలా బిగ్గరగా పాడడంతో నాతో పాటు శత్రుఘ్న కూడా ఒక్కసారిగా ఉలిక్కి పడ్డాడు.

''డాక్టర్, ఈ జర్మన్ పాట నాకు చాలా ప్రత్యేకం. దీన్ని మా అంకుల్, అదే హిట్లర్ వద్ద సైనికునిగా చేశారు కదా, ఆయనతో కలిసి ఈ పాటను ఆలపిస్తూ నేనూ నేర్చేసుకున్నాను. మీతో కలిసి బాల్యపు జ్ఞాపకాలలోకి జారిపోయాను. హెయిల్ హిట్లర్ అంటూ ఆ పిచ్చి ముసలివాడు ఈ పాట నేర్పించాడు. యూట్యూబ్‌లో ఐవాన్ రెబ్రాఫ్ ఈ వోల్గా లీడ్ పాటను మనోహరంగా పాడతాడు చూడండి. కన్నీరు వస్తుంది'' అంటూ యూట్యూబ్‌లో ఆ గడ్డం ఉన్న వ్యక్తి పాట ఇన్నోవాలో ప్రతిధ్వనించింది.

''ఈ పాట జర్మన్ సైనికుడు స్టాలిన్ గ్రాడ్ యుద్ధంలో నిరాశకు గురై పాడతాడు. ఆకలి, చలి, మందుగుండు సామగ్రి లేక, చలికి వణుకుతూ, దేవుని సహాయం కోసం వేడుకుంటూ, కరుణారసాన్ని పొంగిస్తూ పాడతాడు.''

''జర్మన్ సైనికుడు ఎందుకు పాడతాడు. అది కూడా రష్యాలో?'' అని అడిగినప్పుడు ఉల్లాసంగా బదులిచ్చాడు.

''హిట్లర్ స్టాలిన్ గ్రాడ్ గెలిచేందుకు హిట్లర్ రష్యాతో యుద్ధం చేస్తాడు. స్టాలిన్‌గ్రాడ్ గెలిస్తే, హిట్లర్‌కి కాకాసస్ ప్రాంతంలోని అజరబైజాన్ గుప్పిట్లో ఉన్న చమురు బావులు హస్తగతం అవుతాయి. స్టాలిన్‌గ్రాడ్‌లో నిరుద్యోగ సమస్యకు పరిష్కారం దక్కుతుందని దాడి చేస్తాడు. వోల్గా నదీ తీరంలో స్టాలిన్‌గ్రాడ్ ఉంది.

అక్కడే నిరాశకు గురైన జర్మన్ సైనికుడు వోల్గా నదీ తీరంలో నిలబడి ఏడుస్తూ పాడే పాట వోల్గాలీడ్'' అని వివరించాడు.

''ఓహో, చాలా ఆసక్తిగా ఉంది. స్టాలిన్‌గ్రాడ్. కథను కొనసాగించండి'' అన్నాను.

''ఫ్రాన్స్‌ను లొంగదీసుకున్న తరహాలో రష్యాను కూడా ఓడించవచ్చని యుద్ధోన్మాదంలో ఉన్న హిట్లర్, స్టాలిన్‌గ్రాడ్ మీద కాలుపెట్టాడు. ఇది అతని మూర్ఖత్వానికి ప్రతీకగా నిలుస్తుంది. రష్యాలో చలి, శిక్షణ లేకుండా కొత్తగా వచ్చిన జర్మనీ సైనికులు, ఆహారం, మందుగుండు సామగ్రి కొరత, జర్మనీ నుంచి స్టాలిన్‌గ్రాడ్‌కు ఉన్న దూరం ఇవన్నీ చాలా నష్టాన్ని కలిగిస్తుంది. సైనికులు నిరాశకు గురై మానసికంగా కుంగిపోతారు. ప్రారంభంలో భయపడిన రష్యన్ల ఎర్ర సైన్యం, చాకచక్యతతో యుద్ధ తంత్రాలు రూపొందించుకుని జర్మన్ సైనికుల దాడిని అణచి వేస్తుంది. అప్పుడు అపరిచితుడైన జర్మన్ సైనికుడు నిరాశకు గురై ఈ పాట పాడతాడు. రెండు వైపులా అపారమైన ప్రాణనష్టం జరుగుతుంది. స్టాలిన్‌గ్రాడ్ యుద్ధంతో హిట్లర్ ఓటమి పర్వం ప్రారంభమవుతుంది. స్టాలిన్‌గ్రాడ్ వోల్గా నదీ తీరంలో ఉంది. వోల్గా నది కూడా డ్యానుబ్, గంగ తరహాలో సంయుక్త రష్యాలో ప్రముఖ నది. అనంతరం స్టాలిన్‌గ్రాడ్ పేరును వోల్గాగ్రాడ్ అని నికితా క్రుశ్చేవ్ మార్చుతారు. ఇప్పుడు మళ్లీ జర్మన్లు ఉక్రెయిన్‌కు మద్దతు ఇచ్చి రష్యాతో వైరత్వం పెంచుకుంటున్నారు. హిస్టరీ రిపీట్స్'' అని ఆయన చెబుతుంటే, నేను నిట్టూర్చాను.

'అబ్బబ్బా అద్భుతమైన చరిత్ర. హెయిల్ హిట్లర్ అనే ఆ మీ అంకుల్ దగ్గర చాలా వివరాలు ఉండే అవకాశం ఉంది. దీన్ని విమానంలో చర్చించుకుందామా' అని రాయపూర్ విమానాశ్రయంలో ఢిల్లీకి వెళ్లే విమానం ఎక్కాము. ఆ విమానంలో మా చర్చ కొనసాగలేదు.

ఢిల్లీలో దిగిన తర్వాత రోజు డాక్టర్ మిశ్రాతో అపాయింట్‌మెంట్‌కు సంబంధించిన సందేహం హెరాల్డ్ మొబైల్ ఫోనుకు వచ్చింది.

ఆ హెయిల్ హిట్లర్ అంకుల్ వద్ద చాలా వివరాలు ఉండవచ్చు. ఈ విషయాన్ని విమానంలో చర్చిద్దాం అని చెప్పాను. రాయపూర్ నుంచి కొనసాగిన ప్రయాణంలో మా చర్చ కొనసాగలేదు. ఢిల్లీలో దిగిన తర్వాత రోజు డాక్టర్ మిశ్రాతో అపాయింట్‌మెంట్ ఉంది. ఉదయం అలర్ట్ ఒకటి హెరాల్డ్ మొబైల్‌కు వచ్చింది.

''డాక్టర్, మీ కార్యాలయంలోని యువతులు పూర్తి సమర్థులు. రేపటి మధ్యాహ్నానికి న్యూరాలజీ వైద్యుని వద్ద అపాయింట్‌మెంట్ లభించింది. ఇక్కడి వైద్యులు నన్ను విమాన ప్రయాణం వద్దని సూచిస్తారన్న భయం వేస్తోంది'' అన్నాడాయన.

''మీరు ఇప్పుడే కదా ఒక విమాన ప్రయాణం చేశారు. ఆందోళన చెందవద్దు. రేపటి సాయంత్రం మనం ఇద్దరం యూరప్‌కు విమానంలో వెళుతూ ఉంటాము'' అని ధైర్యం చెప్పినా, హెరాల్డ్ మాత్రం హోటల్‌కు చేరుకునేంత వరకు స్టాలిన్‌గ్రాడ్‌లోని తన అంకుల్ విషయం మనసులో ఆలోచిస్తూనే ఉన్నట్లు ఉంది.

''నేనొక బీరు తాగి పడుకుంటాను'' అని చెప్పాడు.

''హెరాల్డ్, మీ ప్రయాణం పూర్తయ్యేంత వరకు బీరు తాగకూడదు. మద్యంతో మీ అసమతుల్యత మరింత పెరిగే అవకాశం ఉంది'' అన్నాను.

తర్వాత రోజు డాక్టర్ మిశ్రా ముందు వణుకుతూ హెరాల్డ్ నిలబడ్డాడు. ఎమ్మారై వద్దని చెప్పిన డాక్టర్ మిశ్రా, బీపీ ట్యాబ్లెట్ వేసుకోవడం ఆపేయమని సూచించారు. ఆయన్ను విమానంలో తీసుకువెళ్లేందుకు అవసరమైన అన్ని పరీక్షలు చేశారు. ''ఫిట్‌టు ఫ్లై'' అని పెద్ద అక్షరాలలో రాసి, అనుమతి పత్రాన్ని ఇచ్చారు.

మధ్యరాత్రి ఢిల్లీ విమానాశ్రయానికి చేరుకుని వీల్ చెయిర్‌పై హెరాల్డ్‌ను కూర్చోబెట్టుకుని అన్ని ప్రొటోకాల్స్ ముగించుకుని ఎమిరేట్స్ బిజినెస్ క్లాస్‌లాంజ్‌కు చేరుకున్నప్పుడు –

''మొదటిసారి ఇంత తక్కువ సమయంలో నేను అన్ని సెక్యూరిటీ, ఇమ్మిగ్రేషన్‌లను ముగించాను'' అని సంబరపడిన ఆయన, దుబాయ్‌కు వెళ్లే విమానం ఎక్కేందుకు చాలా ఉత్సాహాన్ని చూపించాడు. ఆయన అంకుల్ అన్నట్లు 'హేల్ హిట్లర్, హేల్ హిట్లర్' మనసులో అనుకుంటూ ఉత్సాహంగా ఉన్నాడు.

ఎమిరేట్స్ బిజినెస్ క్లాస్‌లో పెద్దగా ఏమీ మాట్లాడుకోకుండానే దుబాయ్‌లో దిగాం. వియన్నాకు వెళ్లే విమానం కోసం దుబాయ్ బిజినెస్ లాంజ్‌లో వేచి చూస్తున్నప్పుడు అతని బీపీ, పల్స్ అన్నీ పరీక్షించి కార్యాలయానికి రోగి స్థిరంగా ఉన్నాడనే నివేదికను అంగీకరించాడు, వియెన్నాలో అతనికి కంపెనీ అంబులెన్స్ ఏర్పాటు చేసి నేరుగా ఆసుపత్రికి చేర్చేందుకు సన్నాహాలు పూర్తి చేసిన విషయం తెలిసింది. హెరాల్డ్‌కు ఊరికి వెళ్లే అవసరం లేదు.

ప్రయాణంలో మూడవ రోజు తన పరిణామాన్ని చూపించడం ప్రారంభించింది.

దుబాయ్ ఎయిర్ పోర్టులోని వై-ఫై సహకారంతో తన చైనా స్నేహితురాలికి వీడియో కాల్ చేసి నన్ను పరిచయం చేశాడు. వివాహేతర సంబంధం కలిగిన అతని స్నేహితురాలితో మాట్లాడడం నాకు ఇష్టం కాలేదు. పొట్టిగా కనిపించిన చైనా ఆమెకు నమస్కరించి, కాల్ నుంచి తప్పుకున్నాను. హెరాల్డ్ నా పరిస్థితి అర్థం చేసుకుని మౌనంగా ఉండిపోయాడు. వియన్నాకు వెళ్లేందుకు విమానం ఎక్కినప్పుడు అతని మొహంలో సంతోషం కనిపించింది.

వియన్నా విమానాశ్రయంలో మా లగేజ్ కోసం వేచి చూస్తున్నప్పుడు నా దగ్గరకు వచ్చాడు.

''డాక్టర్, నా ఆనందం ఎలా ప్రదర్శించాలి? నా అంకుల్ గురించి తెలుసుకునేందుకు మీకు తీవ్ర కుతూహలం ఉంది. ఆయన నా వివాహానికి హాజరయ్యారు. ఆయన వద్ద చాలా పుస్తకాలు, ఆ కాలం నాటి వస్తువులు ఉన్నాయి. నాజీల పుస్తకాలు, సాహిత్యంపై నాజీ పుస్తకం మరియు సాహిత్యంపై ఇక్కడి ప్రభుత్వాలు నిర్బంధాన్ని విధించాయి. హిట్లర్ చనిపోయి, నాజీయిజం మట్టిలో కలిసిపోయినా, నా అంకుల్ హేల్ హిట్లర్ అంటూనే చనిపోయారు. నేను వారి వంశానికి చెందిన వాడిని. ప్రపంచం మొత్తం చుట్టి వచ్చాను. చాలా డబ్బు సంపాదించాను. దానికి తగినట్లు ఆడవాళ్లతో ఎక్కడంటే, అక్కడ వివాహేతర సంబంధాన్ని పెట్టుకున్నాను. నా భార్య సుందరి అయినప్పటికీ, నన్ను విడిచి నెలల కొద్దీ ఉన్నప్పటికీ ఆమె నీతి తప్పి ప్రవర్తించలేదు. నా ఇద్దరు ఆడపిల్లలను పెంచి పోషించింది. నా ఇంటిని చక్కని నివాసంగా మార్చింది. ఇంటిని పాడు చేయలేదు. గత ఒక వారం రోజులుగా నా చావు నా చుట్టూ తిరుగుతున్నట్లు అనిపించింది. నేను చేసిన మంచి పనులు అన్నీ నా ముందుకు వచ్చి వెళ్లాయి. నా భార్యకు నేను చాలా మోసం చేశాను. మిగిలిన ఏడాదులలో ఆమె వద్ద నిష్ఠావంతునిగా, నిజాయతీతో జీవిస్తాను. ఆమె ముందు నేను విదేశాలలో చేసిన పనుల విషయాన్ని చెప్పితే, ఆమె చేష్టలు ఉడిగి, చనిపోతుంది. నేను ఆమెను గాఢంగా ప్రేమిస్తున్నాను. నా జీవన చరమాంకంలో ఆమెతో కలిసి ఉంటూ, ఆమెకు సేవ చేసుకుంటూ, ప్రాయశ్చిత్తం చేసుకుంటాను. మీ వద్దే నేను నా తప్పును అంగీకరించాను. ఇకపై వివాహేతర సంబంధాల మాటలు, చర్చలు ఉండవు. నన్ను మా దేశానికి సజీవంగా చేర్చినందుకు అనంత ధన్యవాదాలు'' అంటూ,''డాక్, ఐ రియల్లీ థాట్

ఐ యామ్ డైయింగ్" అంటూ నన్ను కౌగిలించుకుని ఏడవడం ప్రారంభించి, చాలా సమయం ఏడ్చాడు.

"ఇదిగో మీ అందమైన భార్యకు, భారతదేశపు కానుక" అని ఒక చిన్న పొట్లాన్ని ఆయన చేతిలో ఉంచాను.

"ఓహ్, సో నైస్. నా భార్యకు భారతదేశపు మిఠాయిలు అంటే చాలా ఇష్టం. ఆమె కోసం భారతదేశం నుంచి మిఠాయి తీసుకురాలేదని విమానం దిగిన తర్వాత బాధపడే అవసరాన్ని తప్పించారు. బేసన్ లడ్డూను ఆమె చాలా ఇష్టపడుతుంది. థ్యాంక్యూ.... మిఠాయి ఇచ్చినందుకు అలాగే, నన్ను సజీవంగా మా దేశానికి చేర్చినందుకు" అంటూ కళ్లను తుడుచుకున్నాడు.

రెండు చేతులతో మిఠాయి డబ్బాను ఎదకు హత్తుకుని అంబులెన్స్ కుర్చీలో కూర్చున్నాడు.

●

Dr. Saleem Nadaf is a practicing doctor and short story writer. He has published an English novel, 'The White Discharge: Private Stories of a Government Doctor', in recent years.

For any books send a
CALL or **MESSAGE** and we
will send the book to you.

☎ +91 7022122121 / 8861212172

Please visit our website: **www.veeralokabooks.com**